बेचाळीस भा...
दुसऱ्या महायुद्धातली, नऊ वर्षाच्या... ...मुलाच्या
भावविश्वात होण... ...ालथीची गोष्ट...

द बॉय इन द स्ट्राइप्ड
पायजमाज्

जॉन बायेन

अनुवाद

मुक्ता देशपांडे

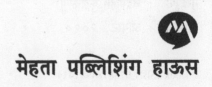

मेहता पब्लिशिंग हाऊस

Mehta Publishing House, Pune 411030. ✆ +91 020-24476924 / 24460313
Email : production@mehtapublishinghouse.com
Website : www.mehtapublishinghouse.com

- *या पुस्तकातील लेखकाची मते, घटना, वर्णने ही त्या लेखकाची असून त्याच्याशी प्रकाशक सहमत असतीलच असे नाही.*

THE BOY IN THE STRIPED PYJAMAS by John Boyne

© John Boyne, 2006
Marathi Language Translation
Copyright © 2010 by Mehta Publishing House, Pune

Translated into Marathi language by Mukta Deshpande

द बॉय इन द स्ट्राइप्ड पायजमाज् / अनुवादित कादंबरी

अनुवाद : मुक्ता देशपांडे

Email : author@mehtapublishinghouse.com

मराठी अनुवादाचे व प्रकाशनाचे हक्क मेहता पब्लिशिंग हाऊस, पुणे ३०

प्रकाशक : सुनील अनिल मेहता, मेहता पब्लिशिंग हाऊस, १९४१ सदाशिव पेठ, माडीवाले कॉलनी, पुणे - ४११ ०३०

मुखपृष्ठ : चंद्रमोहन कुलकर्णी

प्रथमावृत्ती : ऑगस्ट, २०१०

P Book ISBN 9788184981414

जॅमी लिंचसाठी...

अनुवादिकेचे मनोगत

हे पुस्तक भाषांतरासाठी म्हणून माझ्या हाती पडलं, तो दिवस मला आजही आठवतो. आजवर छोटी-छोटी भाषांतरं केली होती, पण संपूर्ण पुस्तक करण्याची ही पहिलीच वेळ; म्हणून उत्सुकतेनं पुस्तक वाचायला घेतलं व त्यातल्या ब्रूनोनं जो मनाचा ताबा घेतला तो अजूनही सोडलेला नाही.

एकदा हातात घेतलेलं पुस्तक पूर्ण वाचूनच खाली ठेवता आलं आणि डोकं सुन्न झालं. या नऊ वर्षांच्या मुलाची कथा अंगावर काटा आणणारी; जॉन बायेन या लेखकाची शैली तेवढीच समर्थ! विषयाला नेमका न्याय देणारी. या शैलीचाच अनुवाद करून मराठी वाचकांसमोर मांडण्याचं आव्हान मला पेलायचं होतं.

एका नऊ वर्षांच्या मुलाच्या नजरेतूनच पुढे सरकणाऱ्या या गोष्टीत कुठेही ठळकपणे १९४२ चं महायुद्ध, नाझी, छळछावणी, गॅसचेंबर अशा शब्दांचा उल्लेख नाही. त्याच्या बालबुद्धीला जे आकलन होईल, ते तसंच्या तसं मांडूनही वर उल्लेखलेल्या गोष्टी पुस्तकात सतत जाणवत राहतात, हेच मूळ लेखकाचं यश म्हणावं लागेल.

आपण गोष्ट वाचताना ब्रूनोचं बोट धरून त्याच्या बर्लिनच्या जुन्या घरात वरच्या माळ्यापासून ते तळघरापर्यंत हिंडून येतो. जिन्याच्या कठड्यावरून घसरतो. बर्लिन सोडून नव्या घरी आल्यावर तेही घर आपण त्याच्याबरोबर हिंडून येतो. त्याच्या मनातले बरे-वाईट विचार प्रामाणिकपणे आपल्यापर्यंत पोहोचतात. कुंपणापलीकडच्या मित्राबद्दल ब्रूनोला वाटणारं कुतूहल अगदी त्याच्या वयाला साजेसं, दोन्ही मुलांची संभाषणही त्यांच्या वयाला शोभेशी. त्यातून निर्माण झालेलं शेवटचं धाडस तर जिवाचा थरकाप उडवणारं....

पाच

पुस्तक खाली ठेवल्यावर आपल्या मनात वंशभेद करणाऱ्यांचा तिटकारा, हुकूमशाहीविरुद्धची चीड, तिचं पालन करणाऱ्यांच्या हतबलतेची जाणीव, त्यांच्याबरोबर फरफट होणाऱ्या त्यांच्या कुटुंबीयांविषयीची कणव अशा संमिश्र भावनांचा नुसता कल्लोळ होतो. लहान मुलांच्या भावविश्वाचं इतक्या बारकाईनं चित्रण करण्यासाठी ब्रूनोच्या अंतरंगात शिरलेला लेखक त्याच्यासकट आपल्या मनात कधी शिरतो ते कळतही नाही.

हा अनुवाद करत असताना आणि तो पूर्ण झाल्यावर माझ्या अवती-भवती अनेकजण प्रोत्साहन द्यायला होते. ज्यांच्यामुळे मूळातच भाषांतर करायला मी उद्युक्त झाले ती मराठी माध्यमात शिकलेली आणि इंग्लिश गोष्टी वाचायचा थोडासा कंटाळा करणारी माझी मुलं समीप आणि स्नेहा, माझ्या पाठीशी सतत उभे असलेले माझे पती शिरीष, अनुवाद वाचून माझं कौतुक करणाऱ्या सुप्रिया आगाशे, माणिक अभ्यंकर या मैत्रिणी, संपादन केल्यावर शाबासकीची थाप देणारी माझी संपादक मैत्रीण वंदना अत्रे आणि प्रत्यक्ष व फोनवर सतत उत्सुकतेनं चौकशी करणारे अनेक स्नेहीजन यांच्या ऋणात राहणं मला आवडेल.

सगळ्यांत जास्त आभार मला श्री. सुनिल मेहता यांचे मानायचे आहेत, ज्यांनी हे पुस्तक मला पाठवलं.

शतशः धन्यवाद!

मुक्ता देशपांडे

अनुक्रमणिका

ब्रूनो शोध लावतो

दुपारी ब्रूनो शाळेतून घरी आला आणि मारियाला बघून त्याला आश्चर्य वाटलं. मारिया - त्यांच्या घरची मोलकरीण, नेहमी मान खाली घालून वावरणारी आणि कधीही नजर उचलून न बघणारी. ती त्याच्या खोलीत उभी होती. त्याच्या कपाटातले कपडे व इतर वस्तू उपसून ते सगळं सामान मोठ्या-मोठ्या चार लाकडी खोक्यांमधून भराभर भरत होती. अगदी ज्या वस्तू त्यानं कप्प्यात अगदी मागे दडवून ठेवल्या होत्या, ज्या त्याच्या एकट्याच्या मालकीच्या होत्या आणि ज्यांना हात लावण्याचं कुणाला अजिबात कारण नव्हतं त्या वस्तू सुद्धा!

"तू हे काय करतेस?" आवाजात शक्य तेवढं मार्दव आणत ब्रूनोनं विचारलं. खरंतर आपण बाहेरून येऊन पहावं तर कुणीतरी आपल्या वस्तू हाताळतंय, हे त्याला मुळीच आवडलेलं नव्हतं. पण त्याची आई नेहमी सांगायची की मारियाशी नीट आदरानं बोललं पाहिजे. त्याचे बाबा मारियाशी जसं बोलत त्यांचं अनुकरण केलेलं आईला मुळीच खपत नसे. "माझ्या वस्तूंना तू हात लावू नकोस," ब्रूनो म्हणाला. मारियानं मान हलवली आणि जिन्याकडे बोट दाखवलं. नुकतीच जिना चढून आई त्याच्या मागे येऊन उभी राहिली होती. आई उंच होती, तिचे केस लाल होते आणि ती वेण्या घालून त्यांची अंबाड्यासारखी रचना करत असे. तिने आपल्या हातांची अस्वस्थपणे हालचाल केली. जणू एखादी अप्रिय किंवा तिला न पटलेली गोष्ट सांगावी लागणार होती.

"आई," पाय आपटत तिच्याकडे जात ब्रूनो म्हणाला, "हे काय चाललंय? मारिया इथे काय करतीये? माझ्या वस्तूंना हात का लावतीये?"

"अरे ती सामानाची बांधाबांध करतीये," आईनं खुलासा केला.

"सामान बांधतीये?" ब्रूनोनं विचारलं. गेल्या काही दिवसात आपण खोडकरपणे वागलो की काय? ज्या गोष्टी बोलायला नकोत त्या जरा जास्तच जोरात बोललो की काय आणि त्यामुळे आपली उचलबांगडी केली जात नसावी ना, हा विचार त्याच्या मनात चमकून गेला. पण खरं म्हणजे गेल्या काही दिवसात तो एकदम शहाण्यासारखा वागला होता आणि कुठल्याही प्रकारचा दंगा केल्याचं त्याला आठवत नव्हतं. "का? मी काय केलं?" त्यानं विचारलं.

तोपर्यंत आई तिच्या बेडरूममध्ये गेली. लार्स - घरचा बटलर तिचं सामान बांधत होता. आईनं एक सुस्कारा टाकला. आपले हात अगतिकपणे हवेत उडवले आणि ती जिन्याकडे वळली. ब्रूनोही तिच्या मागेमागे गेला. ह्या सगळ्या प्रकाराचा खुलासा होईपर्यंत तो तिचा पिच्छा सोडणार नव्हता. "आई, हे काय चाललंय? आपण घर सोडून चाललोय?" त्यानं पुन्हा विचारलं.

"माझ्या बरोबर खाली चल," आई म्हणाली आणि जिना उतरून जेवणाच्या खोलीकडे निघाली; आठवड्यापूर्वीच 'फ्यूरी' (हिटलर) तिथे जेवायला आला होता. "आपण इथे बसून बोलू."

ब्रूनो धाडधाड जिना उतरून, आईला ओलांडून तिच्या आधीच जेवणाच्या खोलीत जाऊन पोहोचला होता. त्यानं आईकडे पाहिलं. क्षणभर तो काहीच बोलला नाही. त्याला वाटलं, आज आईनं नीट मेकअप केलेला दिसत नाही, कारण तिच्या डोळ्यांच्या कडा नेहमीपेक्षा जास्त लाल दिसत होत्या. जास्त दंगा केल्यावर त्याबद्दल खरडपट्टी निघाली की त्याचेही डोळे रडून रडून असेच लाल होत असत.

"ब्रूनो, तुला काळजी करायचं काही कारण नाही," आई म्हणाली. ती एका खुर्चीत बसली होती. त्या खुर्चीत 'फ्यूरी' बरोबर आलेली गोरीगोरी सुंदर बाई काही दिवसांपूर्वी बसली होती; ब्रूनोकडे बघून तिनं हात हलवला होता आणि मग सगळ्या मोठ्या माणसांना आपसात काहीतरी बोलायचं होतं म्हणून बाबांनी दार लावून घेतलं होतं. "खरं म्हणजे हा अनुभव आपल्यासाठी खूप नवा आणि वेगळा ठरणार आहे," आई बोलत होती.

"म्हणजे काय? तुम्ही मला पाठवून देणार?" त्यानं विचारलं. "नाही रे, तू एकटाच नाहीस," हसण्याचा निष्फळ प्रयत्न करत ती म्हणाली. "आपण सगळे. तुझे बाबा आणि मी, ग्रेटेल आणि तू. आपण चौघंही."

या बोलण्याचा ब्रूनोनं थोडा विचार केला. ग्रेटेलला कुठे पाठवण्याबाबत त्याची काही हरकत नव्हती, ती एक 'अशक्य ढ मुलगी' होती आणि त्याला त्रास देण्याखेरीज ती दुसरं काहीच करत नसे. पण तिच्याबरोबर सगळ्यांनीच कुठेतरी जाणं हे भलतंच अन्यायकारक होतं.

"पण कुठे? आपण नक्की कुठे चाललो आहोत? आपण इथे का नाही रहायचं?" त्यानं विचारलं.

"तुझ्या बाबांची नोकरी; ती किती महत्त्वाची आहे हे तुला माहीत आहे, हो की नाही?" आई म्हणाली.

"हो तर," ब्रूनो मान हलवत म्हणाला कारण घरी नेहमीच खूप पाहुणे येत असत - कडक युनिफॉर्ममधले लोक, टाईपरायटरवर काम करणाऱ्या बायका - त्या टाईपरायटर्सना त्यानं त्याचे घाणेरडे हात लावणं जणू गुन्हा होता - आणि ते सगळे बाबांशी नेहमी आदरानं बोलायचे. आपसात त्यांच्याबद्दल चांगलं बोलायचे. फ्यूरीला बाबांकडून खूप अपेक्षा आहेत; त्यांच्यासाठी खूप योजना त्यानं आखल्या आहेत; हे सगळं बोलणं तो ऐकत असे.

"असं बघ, काही वेळा काही माणसं खूप महत्त्वाची असतात. ज्या माणसानं त्यांना नोकरी दिली आहे त्याची इच्छा बाबांनी दुसरीकडे जावं अशी आहे कारण तिकडे काही अशी खास कामं आहेत ज्यावर देखरेख करण्यासाठी बाबांची गरज आहे," आईचं बोलणं सुरू होतं.

"कुठली कामं?" ब्रूनोनं विचारलं, कारण प्रामाणिकपणे कबूल करायचं तर - तो नेहमीच तसा प्रयत्न करायचा - आपले बाबा नक्की काय काय करतात ह्याबद्दल त्याला पूर्ण माहिती नव्हती.

एकदा शाळेत प्रत्येकाच्या बाबांविषयी बोलणं सुरू होतं तेव्हा बोलताना कार्ल म्हणाला होता की त्याच्या बाबांचं भाजीचं दुकान आहे. ते खरं आहे हे ब्रूनोला माहीत होतं कारण शहराच्या मध्यवस्तीत खरंच त्यांचं दुकान होतं. डॅनिएल म्हणाला होता की त्याचे बाबा शिक्षक आहेत; हे सुद्धा खरं होतं कारण ज्या मुलांपासून चार हात दूर राहणंच योग्य असे, अशा मोठ्या मुलांना ते शिकवत असत, हे ब्रूनोला माहीत होतं. आणि मार्टिन म्हणाला

होता की त्याचे बाबा आचारी आहेत, हे पण खरं होतं कारण जेव्हा मार्टिनचे बाबा त्याला शाळेतून न्यायला येत तेव्हा त्यांच्या अंगावर पांढरा ढगळ शर्ट आणि चौकटींचा एप्रन असे, जणू काही ते नुकतेच स्वयंपाकघरातून बाहेर पडले आहेत असं वाटावं.

पण जेव्हा मुलं ब्रूनोला त्याच्या बाबांच्या कामाविषयी विचारत तेव्हा तो बोलायला तोंड उघडत असे आणि आपल्याला त्याबद्दल काहीच माहीत नाही हे जाणवून गप्प बसत असे. तो इतकंच सांगू शकत असे की त्याच्या बाबांकडून फ्यूरीला फार अपेक्षा आहेत. हो! आणि त्यांना खूप छान, कडक गणवेश आहे हेही सांगत असे.

"त्यांचं काम खूप महत्त्वाचं आहे," आई बोलता बोलता घुटमळली. "असं काम की जे करायला खास माणूस लागतो. तुला समजतंय ना?"

"आणि आपण सगळ्यांनी जायचं?" ब्रूनोनं विचारलं. "अर्थात. बाबा तिकडे एकटे गेले आणि एकटेच राहिले तर ते तुला आवडेल? नाही ना?"

"नाही आवडणार," ब्रूनो उत्तरला.

"आपण जर त्यांच्याबरोबर गेलो नाही तर त्यांना आपली खूप आठवण येईल," ती पुढे म्हणाली.

"कुणाची जास्त आठवण येईल? माझी की ग्रेटेलची?" ब्रूनोनं विचारलं.

"तुमच्या दोघांची सारखीच येईल," आई म्हणाली. कारण कुणा एकाचे जास्त लाड करण्यावर तिचा विश्वास नव्हता. ब्रूनोला या तिच्या वागण्याचा अभिमान होता कारण त्याला हे पक्कं माहीत होतं की खरं म्हणजे तोच आईचा जास्त लाडका आहे.

"पण आपल्या घराचं काय? आपण नसताना घराची काळजी कोण घेणार?" त्यानं प्रश्न उपस्थित केला.

आईनं खोल निश्वास टाकला आणि सभोवार पाहिलं, जणू ही खोली तिला परत कधीच दिसणार नव्हती. ते खूप सुंदर घर होतं. तळघरही मोजलं तर पाच मजल्याचे घर! तळघरात आचारी स्वयंपाक करत असे आणि मारिया व लार्स टेबलाजवळ बसून वाद घालत असत आणि नको त्या शब्दात एकमेकांना नावं ठेवत असत. माळ्यावरची छोटीशी खोली जमेस धरली तर; सगळ्यात उंचावर असलेल्या माळ्यावरच्या छोट्याशा खोलीला कलत्या खिडक्या होत्या. आपल्या चवड्यांवर उभं

राहून वरची कड पकडून उभे राहिल्यावर ब्रूनोला त्यातून सगळे बर्लिन दिसत असे.

"सध्यातरी आपल्याला घर बंद करून जावं लागेल. पण आपण पुढे पुन्हा कधीतरी परत येऊ," आई म्हणाली.

"आणि आपला आचारी? आणि लार्स? आणि मारिया? ते नाही आपल्याबरोबर येणार?" ब्रूनोनं विचारलं.

"येणार आहेत ना!" आई उत्तरली. "बरं, आता प्रश्न पुरेत. तू आता वर जाऊन मारियाला सामान बांधायला मदत केलीस तर बरं होईल."

ब्रूनो उठून उभा राहिला पण कुठे गेला नाही. त्याच्या मनाचं पूर्ण समाधान होण्यासाठी अजून काही प्रश्न विचारण्याची त्याची इच्छा होती.

"ते किती लांब आहे? म्हणजे ते नवीन काम? एक मैलापेक्षा जास्त लांब आहे का?"

"अरे बापरे," आई मोठ्यानं हसली. पण ते हसू विचित्र होतं कारण तिच्या चेहऱ्यावर आनंद दिसत नव्हता. आपला चेहरा लपवण्यासाठी तिनं मान फिरवली. "हो बाळा, मैलापेक्षा जास्त लांब आहे. खरं म्हणजे खूपच लांब".

ब्रूनोचे डोळे विस्फारले, त्याच्या ओठांचा चंबू झाला. आश्चर्याचा धक्का बसल्यावर त्याचे खांदे आणि हात ताठरल्यासारखे होत असत- तसं त्याला जाणवू लागलं. "म्हणजे आपण बर्लिनच्या बाहेर जातोय असं तुला म्हणायचंय?" श्वास कोंडलेल्या अवस्थेत त्यानं कसंबसं विचारलं.

"हो, तसंच आहे," आई म्हणाली आणि तिनं दुःखानं मान हलवली. "तुझ्या बाबांची नोकरी...."

"पण शाळेचं काय?" आईचं वाक्य मध्येच तोडत ब्रूनो म्हणाला. एरवी अशी गोष्ट करणं हा अक्षम्य गुन्हा होता; पण या परिस्थितीत ते क्षम्य आहे असे त्याला वाटलं.

"आणि कार्ल, डॅनिएल आणि मार्टिन? त्यांचं काय? जेव्हा त्यांना माझ्याशी खेळायचं असेल तेव्हा मी कुठे आहे हे त्यांना कसं कळणार?"

"सध्या तरी तुला तुझ्या मित्रांचा निरोप घ्यावा लागणार आहे," आई म्हणाली. "पण मला खात्री आहे की काही काळानंतर तू पुन्हा त्यांना भेटू शकशील. आणि आई बोलत असताना कृपा करून मध्येमध्ये बोलत जाऊ नकोस," ती पुढे म्हणाली. जरी ही बातमी अनपेक्षित आणि अप्रिय होती,

तरी ब्रूनोला शिकवण्यात आलेले सभ्यतेचे नियम तोडणं त्याच्याकडून अपेक्षित नव्हतं.

"त्यांचा निरोप घ्यायचा?" आश्चर्याने डोळे फाडून आईकडे बघत तो म्हणाला. "निरोप घ्यायचा?" त्यानं पुन्हा विचारलं. बिस्किटांचा तोबरा भरल्यावर तो गिळता आला नाही तर जसे शब्द बाहेर पडतील तसं बोलत तो म्हणाला, "कार्ल, डॅनिएल आणि मार्टिनचा निरोप घ्यायचा? त्यांना गुडबाय करायचं?" तो जवळजवळ ओरडलाच, जे त्यानं घरात करणं अजिबात खपवून घेतलं जात नसे. "पण ते तर माझे आयुष्यभरासाठीचे पक्के मित्र आहेत."

"अरे, तुला दुसरे मित्र मिळतील," आई म्हणाली. बोलताना तिनं असे हात उडवले की जणू काही एखाद्या मुलासाठी आयुष्यभराची मैत्री जोडणं ही फार सोपी गोष्ट असते.

"पण आमच्या काही योजना होत्या," त्यानं तक्रारीच्या सुरात म्हटलं.

"योजना? कसल्या योजना?" भुवई उंचावून आईनं विचारलं. 'अं, ते सांगणं जरा कठीण आहे.' नक्की कोणत्या प्रकारच्या योजना होत्या त्या आत्ताच उघड करणं ब्रूनोला जरा कठीण होतं. खूप दंगा-मस्ती करण्याची योजना होती, खास करून काही आठवड्यातच शाळेला उन्हाळ्याची सुट्टी लागणार होती आणि नुसता विचार करत न बसता योजना प्रत्यक्षात आणायला त्यांना भरपूर वाव होता.

"मला वाईट वाटतंय ब्रूनो, पण तुझ्या योजना काही काळासाठी थांबवाव्या लागतील. आपल्यापुढे दुसरा पर्याय नाही," आई म्हणाली.

"पण आई!"

"ब्रूनो आता बस्स," आईनं फटकारलं आणि ती उठून उभी राहिली. ती हे मनापासून म्हणतेय हे तिच्या उभं राहण्यावरून त्याला समजलं. "खरं सांग, सध्या इथे बऱ्याच गोष्टी बदलल्या आहेत अशी तक्रार तूच करत होतास ना गेल्या आठवड्यात?"

"हो, हल्ली घरातले सगळे दिवे घालवावे लागतात हे मला मुळीच आवडत नाही," त्यानं कबूल केलं.

"सगळ्यांनाच तसं करावं लागतं," आई म्हणाली. "आपल्या सुरक्षेसाठीच आहे ते. आणि कुणास ठाऊक, इथून गेल्यावर आपल्याला असलेला धोकाही कदाचित कमी होईल. आता तू वर जा आणि मारियाला तिच्या

कामात मदत कर. काही लोकांच्या कृपेमुळे मला आवराआवर करायला पुरेसा वेळही मिळालेला नाही.''

ब्रूनोनं मान हलवली आणि तो दु:खी अंत:करणानं निघाला. मोठ्या माणसांनी वापरायचं 'काही लोक' हे संबोधन बाबांसाठी होतं आणि ते त्यानं वापरणं अपेक्षित नव्हतं.

तो सावकाश जिना चढून वर निघाला. एका हातानं त्यानं कठडा पकडला होता. नवीन ठिकाणच्या नवीन घरात जिथे नवीन नोकरी होती तिथे ज्यावरून घसरता येईल असा सुंदर, गुळगुळीत कठडा असेल का असा विचार करत तो निघाला. या घरातला कठडा अगदी वरच्या मजल्यापासून सुरू होत होता - अगदी वरच्या छोट्या खोलीपासून, जिथे चवड्यांवर उभं राहून खिडकीची चौकट पकडून तो संपूर्ण बर्लिन शहर पाहू शकत असे; तिथपासून ते अगदी खालच्या मजल्यापर्यंत जिथे ओकची प्रचंड दोन दारं होती तिथपर्यंत. तोंडानं गाडी चालवल्यासारखा आवाज करत वरच्या मजल्यापासून खाली कठड्यावरून घसरगुंडी करत येण्याइतकं त्याला दुसरं काहीच आवडत नसे.

वरून खाली येत असताना पुढच्या मजल्यावर आई-बाबांची खोली होती आणि मोठ्ठं बाथरूम, जिथे कोणत्याही परिस्थितीत त्याला प्रवेश नव्हता.

पुढच्या मजल्यावर त्याची खोली होती आणि ग्रेटेलची सुद्धा. तेथील लहान बाथरूम त्यानं वापरावी अशी अपेक्षा होती पण ती तो सहसा पूर्ण करत नसे.

खालच्या मजल्यावर आल्यावर जिथे कठडा संपत असे, तिथे न पडता दोन्ही पायांवर उभं राहता आलं नाहीतर पाच गुणांचा दंड होत असे आणि पुन्हा वरच्या मजल्यापासून घसरगुंडीला सुरुवात करावी लागत असे.

कठडा ही या घरातली सगळ्यात सुंदर गोष्ट होती. आणखी एक गोष्ट म्हणजे आजी-आजोबा घरापासून अगदी जवळ राहत होते. जेव्हा त्यानं या गोष्टीचा विचार केला तेव्हा त्याला वाटलं की ते सुद्धा नव्या नोकरीच्या ठिकाणी येतीलच. त्यांना इथे सोडून आपण जाणं शक्य नाही असं मनाशी ठरवून त्यानं आजी-आजोबांचं आपल्याबरोबर येणं गृहीत धरून टाकलं. ग्रेटेलची खरं म्हणजे कुणालाच फारशी गरज नव्हती कारण ती

एक 'अशक्य ढ मुलगी' होती. घराची देखभाल करण्यासाठी ती इथेच राहिली असती तर ते जास्त सोयीचं झालं असतं. पण आजी-आजोबा? त्यांची गोष्टच वेगळी होती.

ब्रूनो हळूहळू जिना चढत त्याच्या खोलीकडे निघाला. पण आत जाण्यापूर्वी थबकून त्यानं वळून खाली पाहिलं आणि त्याला आई बाबांच्या ऑफीसच्या खोलीत शिरताना दिसली. बाबांचं ऑफीस जेवणाच्या खोलीच्या समोर होतं आणि तिथे 'कोणत्याही वेळी आणि कोणत्याही परिस्थितीत प्रवेश निषिद्ध' होता. त्यानं आईला मोठ्यानं बोलताना ऐकलं, त्यावर तिच्यापेक्षाही मोठा आवाज काढून बाबा बोलले आणि त्यामुळे त्यांचा संवाद तिथेच थांबला. ऑफीसचं दार बंद झालं आणि ब्रूनोला पुढे काहीच ऐकू येईना, तेव्हा त्यानं विचार केला की आता आपल्या खोलीत जाऊन मारियाला मदत करणं हेच योग्य ठरेल; नाहीतर ती कसलाही विचार न करता त्याच्या कपाटातलं सामान भसाभस बाहेर काढेल, अशाही काही वस्तू काढेल की ज्या त्यानं मागच्या बाजूला लपवून ठेवल्या होत्या आणि त्यांना हात लावण्याचा कुणालाही अधिकार नव्हता.

नवीन घर

जेव्हा त्याने पहिल्यांदा नवीन घर बघितले तेव्हा त्याचे डोळे विस्फारले, ओठांचा चंबू झाला आणि दोन्ही खांदे व हात ताठरले. ते घर सगळ्याच बाबतीत त्यांच्या जुन्या घराच्या अगदी विरुद्ध होतं. आपण खरंच या घरात राहणार आहोत यावर त्याचा विश्वास बसेना.

बर्लिनचं घर एका शांत रस्त्यावर होतं आणि त्याच्या दोन्ही बाजूंना काही मोठी घरं होती. त्या घरांकडे बघायला त्याला आवडायचं कारण ती घरं अगदी त्याच्या घरासारखी जरी नसली तरी बरीचशी तशीच होती. त्या घरांमध्ये राहणाऱ्या आणि मित्र झालेल्या काही मुलांशी तो खेळायचा. काही त्रासदायक मुलांपासून चार हात लांब रहायचा. नवीन घर मात्र एका रिकाम्या, ओसाड जागेवर उभं होतं आणि त्याच्या आजूबाजूला एकही घर नव्हतं, ह्याचाच अर्थ तिथे दुसरी कुटुंबं नव्हती आणि खेळायला किंवा त्रास द्यायला दुसरी मुलंही नव्हती.

बार्लिनचं घर प्रचंड होतं आणि जरी तो त्या घरात नऊ वर्षं राहत होता तरी बरेच सांदीकोपरे त्याचे धुंडाळायचे राहिले होते. काही खोल्याही त्यानं पुरत्या पाहिल्या नव्हत्या; उदाहरणार्थ बाबांचं ऑफीस - जिथे 'कोणत्याही परिस्थितीत आणि कोणत्याही वेळी प्रवेश निषिद्ध' होता. तिथे तो क्वचितच गेला होता. पण या नवीन घराला तीनच मजले होते: वरच्या मजल्यावर तीन बेडरूम्स होत्या आणि एकच बाथरूम, खालच्या मजल्यावर स्वयंपाकघर, जेवणाची खोली आणि बाबांचं नवीन

ऑफीस (जिथे जुन्या ऑफीससारखाच प्रवेश निषिद्ध असणार होता, बहुतेक) आणि एक तळघर जिथे नोकर मंडळींना झोपण्याची व्यवस्था केली होती.

बर्लिनच्या घराच्या आसपासच्या रस्त्यांवर मोठी मोठी घरं होती आणि त्या रस्त्यांनी शहराच्या मध्यभागात जाता येत असे. या मध्यभागात खूप लोक इकडून तिकडे जात असत आणि एकमेकांशी गप्पा मारत थांबत असत किंवा घाईघाईनं कुठेतरी जात असत आणि खूप कामं आहेत, आज थांबायला, बोलायला वेळ नाही, असं म्हणत असत. तिथे चकाकती मोठी दुकानं होती आणि भाज्यांचे, फळांचे गाळे ज्यात मोठमोठ्या ट्रेमधून कोबी, गाजर, फ्लॉवर आणि मका असे भाज्यांचे ढीग लावलेले असत. काही दुकानांमध्ये अळंबी आणि पलांडे, सलगम आणि बीट, लेट्यूस आणि फरसबी, दोडकी आणि गिलकी या भाज्या असत. काही वेळा दुकानांसमोर उभं राहून आणि डोळे बंद करून त्या भाज्यांचे संमिश्र वास नाकात भरून घ्यायला त्याला आवडायचं. त्या ताज्या आणि मधुर वासांनी त्याचं डोकं गरगरायला लागायचं. पण या नवीन घराभोवती रस्ते नव्हते, ना कुणी फिरायला जाणारे, ना घाईघाईनं कामावर जाणारे आणि भाज्या-फळांची दुकानं तर नव्हतीच नव्हती. जेव्हा त्यानं आपले डोळे बंद केले, सगळं काही रिकामं रिकामं आणि थंडगार असल्याचा त्याला भास झाला; जणू काही तो जगातल्या सगळ्यात निर्जन जागी उभा होता. एका मोठ्या पोकळीच्या अगदी मधोमध.

बर्लिनच्या रस्त्यांच्या कडेला टेबल्स मांडलेली असत आणि जेव्हा तो शाळेतून कार्ल, डॅनिएल व मार्टिनबरोबर घरी जात असे, तेव्हा तिथे अनेक स्त्री-पुरुष बसलेले असत. वेगवेगळी पेय पीत आणि आपसात खिदळत. त्याला वाटे की टेबलांशी बसलेले हे सगळे लोक फारच मजेदार असावेत कारण कुणी काहीही बोललं तरी कुणीतरी मोठ्यानं हसत असे. पण नवीन घराच्या बाबतीत असं काहीतरी होतं की ब्रूनोला वाटलं इथे कुणीच कधीच हसलं नसावं; ज्यासाठी हसावं असंही इथे काही नसावं आणि आनंदी, मजेत राहण्यासारखंही काही नसावं.

"इथे येण्याची ही कल्पना काही फारशी चांगली नाही,'' नवीन घरी आल्याला काही तास उलटल्यावर ब्रूनो म्हणाला. मारिया त्यावेळी त्याचं सामान वरच्या मजल्यावरच्या खोलीत उघडत होती. (नवीन घरी मारिया

ही काही एकटी मोलकरीण नव्हती. आणखी तीन जण होते; ते फार लुकडे होते आणि आपापसात फक्त कुजबुजलेल्या आवाजात बोलत. ब्रूनोला सांगण्यात आलं होतं की एक म्हातारा नोकरही होता, जो रोज भाज्या बनवायला आणि जेवताना सगळ्यांना वाढायला येणार होता. तो फार दुःखी आणि जरासा रागीट दिसत असे.)

"आपल्याला फार विचार करण्याचंही सुख येथे नाही," आई म्हणाली. तिचं बाबांशी लग्न झालं तेव्हा आजी-आजोबांनी तिला दिलेला काचेचा चौसष्ट ग्लासेसचा सेट खोक्यातून ती काढत होती. "काही माणसं आपल्या वतीनं सगळे निर्णय घेतात."

तिला काय म्हणायचं होतं हे ब्रूनोला नीटसं कळलं नाही, म्हणून ती काहीच म्हणाली नाही अशी त्यानं समजूत करून घेतली. "इथे येण्याची कल्पना काही फारशी चांगली नाही," तो पुन्हा म्हणाला. "मला असं वाटतं की हे सगळं विसरून जाऊन पुन्हा परत घरी जावं हे उत्तम. यात आपण नक्कीच यश संपादन करू शकू." त्यानं पुढे म्हटलं. हा वाक्प्रचार तो नुकताच शिकला होता आणि शक्य तेव्हा त्याचा वापर तो करत असे.

आई हसली आणि तिनं काळजीपूर्वक ग्लासेस टेबलवर ठेवले. "माझ्याकडे तुझ्यासाठी अजून एक वाक्प्रचार आहे. वाईटातूनही काहीतरी चांगलं आपण करून दाखवू शकतो," ती म्हणाली.

"ते आपण करू की नाही माहीत नाही," ब्रूनो म्हणाला. "मला वाटतं तू बाबांना सांगावंस की तुझा विचार बदलला आहे. जर आज दिवसभर आपल्याला इथे रहावं लागलं, रात्रीचं जेवण करावं लागलं आणि आपण खूप दमल्यामुळे इथेच झोपावं लागलं तरी चालेल. पण जर चहाच्या वेळेपर्यंत आपल्याला बर्लिनला पोहोचायचं असेल तर आपण उद्या सकाळी लवकर उठून निघायला पाहिजे.

आईनं एक सुस्कारा टाकला. "ब्रूनो तू मुकाट्यानं वर जाऊन मारियाला सामान लावायला मदत का नाही करत?"

"पण आपण सामान लावायचंच कशाला, जर आपल्याला...."

"ब्रूनो, कृपा करून सांगितलेलं ऐक!" आई जोरात म्हणाली; कारण तिनं त्याचं बोलणं अर्धवट तोडलेलं चालत असे पण हे उलट झालेलं खपत नसे. "आपण आता इथे आहोत, पुढच्या काही काळासाठी हेच

आपलं घर आहे आणि त्यातल्या त्यात आपल्याला हे राहणं सुसह्य करायचं आहे. तुला समजलं का आता?''

'पुढच्या काही काळासाठी' म्हणजे काय हे त्याला कळलं नाही आणि तसं त्यानं आईला सांगितलं.

"त्याचा अर्थ आपल्याला आता इथेच रहायचं आहे. आणि ब्रूनो, हा विषय आता इथेच संपला.'' आई म्हणाली.

ब्रूनोच्या पोटात एक कळ उठली. आतमध्ये अगदी खोल मोठी खळबळ माजली आहे हे त्याला जाणवलं. ती खळबळ वर येऊन जर बाहेर पडली तर त्याला मोठ्यानं किंचाळावं लागेल असं त्याला वाटलं. हे जे चाललं आहे ते खूप चुकीचं आहे आणि अन्यायकारक आहे; त्याचे परिणाम भविष्यकाळात कुणाला न कुणाला भोगावे लागणार आहेत हे जगाला मोठ्यानं ओरडून सांगावं असं त्याला तीव्रतेनं वाटलं. आता आपल्याला रडू फुटेल अशी भीती वाटली. हे सगळं असं कसं घडलं हेच त्याला कळेना. कालपर्यंत तो अत्यंत सुखात होता, घरी खेळत होता, आयुष्यभरासाठी त्याचे तीन पक्के मित्र होते, कठड्यावरून घसरत होता, चवड्यांवर उभं राहून बर्लिन शहर पाहण्याचा प्रयत्न करत होता आणि आता ह्या थंडगार, भयंकर घरात तीन कुजबुजणाऱ्या नोकरांबरोबर आणि दुःखी व रागीट वेटरबरोबर आणि जिथे कुणीही कधीही आनंदी नसावं अशा ठिकाणी तो येऊन पडला होता.

"ब्रूनो, ताबडतोब वर जा आणि तुझं सामान लाव, आत्ताच्या आत्ता,'' आई चिडक्या स्वरात म्हणाली आणि ब्रूनोला कळलं की आता फार ताणण्यात अर्थ नाही. एकही शब्द न बोलता तो वळला आणि ताडताड निघाला. त्याला जाणवलं की आपल्या डोळ्यात पाणी जमा होतय; पण ते बाहेर येऊ न देण्याचा त्यानं निश्चय केला.

तो वर गेला आणि त्यानं स्वतःभोवती एक गिरकी घेतली. कुठे छोटंसं दार किंवा सांदीकोपरा दिसतोय का याची त्यानं पाहणी केली. तसं काही सापडलं असतं तर एखादी शोधमोहीम हाती घेता आली असती; पण तसं काहीच नव्हतं. या मजल्यावर फक्त चार दारं होती; दोन-दोन दारं दोन्ही बाजूंना एकमेकांकडे तोंड करून. एक त्याच्या स्वतःच्या खोलीचं, एक ग्रेटेलच्या खोलीचं, एक आई-बाबांच्या खोलीचं आणि एक बाथरूमचं.

"हे काही घर नाही आणि कधीच होऊ शकणार नाही," त्यानं दात-ओठ खाऊन म्हटलं. तो खोलीत शिरला तेव्हा त्याला पलंगावर त्याचे कपडे अस्ताव्यस्त पसरलेले दिसले आणि खेळण्यांची आणि पुस्तकांची खोकी अजून उघडलेलीच नव्हती. मारियाला कोणतं काम कधी करावं हे नीट समजलेलं नाही हे उघड होतं.

"आईनं मला मदत करायला पाठवलं आहे," तो शांत आवाजात म्हणाला. मारियानं न बोलता एका मोठ्या बॅगकडे निर्देश केला, ज्यात त्याचे मोजे आणि आतले कपडे भरलेले होते.

"जर तू हे कपडे नीट वेगळे केलेस तर त्या समोरच्या खणांमध्ये तुला ते नीट लावता येतील," ती म्हणाली. त्यानं पाहिलं समोर एक कुरूप दिसणारं खणांचं कपाट होतं आणि त्याच्या शेजारी धुळीनं माखलेला एक आरसा होता.

ब्रूनोनं एक खोल नि:श्वास टाकला आणि बॅग उघडली. ती त्याच्या कपड्यांनी गच्च भरलेली होती. त्याला वाटलं की बॅगेत शिरून लपून बसावं आणि जेव्हा यातून बाहेर येऊ तेव्हा आपण जागे होऊ आणि आपल्या जुन्या घरी असू.

"तुला या सगळ्याबद्दल काय वाटतं, मारिया?" खूप वेळ गप्प बसल्यानंतर त्यानं विचारलं. त्याला मारिया आवडत असे आणि तो तिला कुटुंबातलीच एक मानत असे. बाबा मात्र तिला एक मोलकरीण म्हणूनच वागवत असत आणि त्यांच्या मते जरा जास्तच पगार देत असत.

"हे सगळं म्हणजे?" तिनं विचारलं.

"हेच," तो म्हणाला, जणू काही ती जगातली समजायला सगळ्यात सोपी गोष्ट होती. "या अशा जागी येणं. आपण फार मोठी चूक केली आहे, असं नाही तुला वाटत?"

"हे सांगणं माझं काम नाही, मास्टर ब्रूनो," ती म्हणाली. "तुझ्या आईनं तुझ्या बाबांच्या कामाविषयी तुला सगळं सांगितलं आहे आणि...."

"बाबांच्या कामाविषयी ऐकून ऐकून मला कंटाळा आला आहे," ब्रूनो तिला मध्ये अडवत म्हणाला. "मला विचारशील तर, आपण सगळे नेहमी हेच ऐकत असतो. बाबांचं काम असं आणि बाबांचं काम तसं. 'बाबांचं काम' याचा अर्थ जर आपण आपलं घर सोडून जाणं, माझा आवडता कठडा सोडून येणं आणि माझ्या आयुष्यभरासाठीच्या मित्रांचा निरोप घेणं,

असा असेल तर बाबांनी आपल्या कामाचा दहादा विचार करायला हवा, हो की नाही?''

तेवढ्यात बाहेर हॉलमध्ये दार करकरण्याचा आवाज आला. ब्रूनोनं पाहिलं आई-बाबांच्या खोलीचं दार जरासं उघडलं. तो जागच्या जागी गारठला, त्याला अजिबात हलता येईना. आई अजून खालीच होती, याचा अर्थ खोलीत बाबा असावेत आणि त्यांनी कदाचित ब्रूनोची सगळी बडबड ऐकली असावी. तो दाराकडे श्वास रोखून बघत राहिला. त्याला वाटलं की बाबा आतून येतील आणि त्याची कानउघाडणी करण्यासाठी त्याला खाली घेऊन जातील.

दार पुरतं उघडलं आणि ब्रूनो दोन पावलं मागे सरकला. दारातून एक आकृती आली, पण ते बाबा नव्हते. तो एक बराच तरुण माणूस होता. बाबांएवढा उंच नव्हता, पण त्यानं बाबांसारखाच गणवेश घातला होता; मात्र त्यावर खूपशी पदकं नव्हती. त्याचा चेहरा गंभीर होता आणि त्यानं टोपी डोक्यावर घट्ट बसवली होती. त्याच्या कपाळावर आलेले केस सोनेरी होते पण त्यांचा रंग अनैसर्गिक पिवळसर होता. त्याच्या हातात एक खोकं होतं आणि ते घेऊन तो जिन्याकडे चालला होता. ब्रूनोला त्याच्याकडे बघत उभा राहिलेला पाहून तो क्षणभर थबकला. त्यानं ब्रूनोला आपादमस्तक न्याहाळलं, जणू काही लहान मूल त्यानं पहिल्यांदाच पाहिलं होतं आणि त्या मुलाचं नक्की काय करावं हे त्याला कळत नव्हतं - त्याला खाऊन टाकावं, दुर्लक्ष करावं किंवा लाथ मारून पायऱ्यांवरून खाली ढकलावं? पण ह्यातलं काहीही न करता त्यानं ब्रूनोकडे पाहून मान तुकवली आणि तो पुढे निघाला.

''कोण होता तो?'' ब्रूनोनं विचारलं. तो तरुण माणूस इतका गंभीर आणि व्यस्त दिसत होता की ब्रूनोला वाटलं की कुणीतरी महत्त्वाचा माणूस असणार.

''मला वाटतं, तुझ्या बाबांच्या सैनिकांपैकी असावा,'' मारिया म्हणाली. ती एकदम ताठ उभी होती आणि प्रार्थना करताना धरतात तसे तिनं दोन्ही हात आपल्या चेहऱ्यासमोर धरले होते. त्या माणसाच्या चेहऱ्याकडे पाहण्याऐवजी ती जमिनीकडे पाहत होती, जणू काही त्याच्याकडे पाहिल्यामुळे ती दगड बनणार होती. तो गेल्यावर ती एकदम सैलावली. ''आपल्याला हळूहळू त्यांच्याबद्दल समजेल.''

"मला काही तो फारसा आवडला नाही, तो फार गंभीर होता," ब्रूनो म्हणाला.

"तुझे बाबाही गंभीरच असतात," मारिया म्हणाली.

"हो, पण ते बाबा आहेत," ब्रूनोनं समजावलं. "बाबांनी गंभीरच असायला हवं. मग ते भाजीवाले, शिक्षक, आचारी किंवा लष्करी अधिकारी का असेनात," सभ्य आणि प्रतिष्ठित बाबा करत असलेली आणि त्याला माहीत असलेली सगळी कामं आठवत तो म्हणाला. या सगळ्या नावांची त्यानं मनाशी हजारदा उजळणी केलेली होती. "आणि तो माणूस बाबांसारखा मुळीच दिसत नव्हता. पण हां, तो गंभीर मात्र नक्की होता."

"हं, त्यांचं कामच तसं गंभीर स्वरूपाचं असतं," मारिया सुस्कारा टाकत म्हणाली. "किंवा त्यांना तसं वाटतं. मी जर तुझ्याजागी असते तर सैनिकांपासून चार हात लांबच राहिले असते."

"चार हात लांब राहण्याशिवाय आपण त्यांच्याबाबत दुसरं काय करू शकतो म्हणा," ब्रूनो पडलेल्या चेहऱ्यानं म्हणाला. "ग्रेटेल शिवाय दुसरं कुणी इथे खेळायला असेल असं मला अजिबात वाटत नाही. आणि त्यात काय मजा? ती एक 'अशक्य ढ मुलगी' आहे."

आपल्याला पुन्हा रडू फुटेल अशी त्याला भीती वाटली. पण त्यानं स्वतःला सावरलं. मारियासमोर त्याला अगदीच लहान बाळासारखं वागायचं नव्हतं. नजर वर न उचलताच त्यानं पुन्हा एकवार खोलीत सभोवार पाहिलं, न जाणो एखादी गमतीदार गोष्ट सापडलीच तर! पण तिथे काहीच नव्हतं. किंवा त्याला अजून तसं काही दिसत नव्हतं. तेवढ्यात एका गोष्टीनं त्याचं लक्ष वेधून घेतलं. दारासमोरच्या कोपऱ्यात छताला एक खिडकी होती जी खाली भिंतीत पण बसवलेली होती. ती जराशी बर्लिनच्या घरातल्या वरच्या मजल्यावरच्या खिडकीसारखीच होती, पण तितकी उंचावर नव्हती. ब्रूनोनं तिच्याकडे पाहिलं आणि त्याला वाटलं की चवड्यांवर उभं न राहताही तिच्यातून बाहेर पाहता येऊ शकेल.

तो हळूहळू चालत तिकडे गेला, या आशेनं की खिडकीतून कदाचित त्याला थेट बर्लिन दिसेल. त्याचं घर आणि त्याभोवतीचे रस्ते आणि रस्त्यांच्या कडेची टेबल्स, जिथे लोक वेगवेगळी पेयं पीत आणि एकमेकांना मजेदार गोष्टी सांगत बसलेले असत. सगळं काही दिसेल. तो हळूहळू चालला होता कारण त्याला निराशेचा सामना करायचा नव्हता. पण ती

एका लहान मुलाची खोली होती आणि हळू चालूनसुद्धा तो त्या खिडकीशी पोहोचलाच. त्यानं काचेला नाक लावलं आणि तो बाहेर पाहू लागला. त्याचे डोळे विस्फारले, तोंडाचा चंबू झाला आणि त्याचे खांदे व हात ताठरले कारण जे काही दिसलं ते पाहून त्याला हुडहुडी भरली आणि अगदी असुरक्षित वाटलं.

अशक्य ढ मुलगी

बर्लिनच्या घराची काळजी घेण्यासाठी ग्रेटेलला तिथेच ठेवून येणं शहाणपणाचं ठरलं असतं, कारण ती त्रास देण्याशिवाय दुसरं काहीच करायची नाही, असं ब्रूनोचं ठाम मत होतं. त्यानं सगळ्यांच्या तोंडून तिचं वर्णन 'पहिल्या दिवसापासून त्रासदायक' असंच ऐकलं होतं.

ग्रेटेल त्याच्यापेक्षा तीन वर्षांनी मोठी होती आणि त्याला कळायला लागल्यापासून एक गोष्ट तिनं स्पष्ट केली होती की, या जगातल्या चालीरीती पाळण्यासंबंधी किंवा जिथे जिथे या दोघांचा संबंध येईल अशा, या जगात होणाऱ्या प्रत्येक कार्यक्रमात तिचा शब्द हा अंतिम शब्द असेल. ब्रूनो तिला जरासा वचकून असायचा, ही गोष्ट मान्य करायची त्याची तयारी नसे, पण तो स्वतःशी प्रामाणिक होता - तसा तो नेहमीच राहण्याचा प्रयत्न करत असे त्यामुळे तो खरंच तिला वचकून असे ही गोष्ट तो स्वतःशी कबूल करून बसला होता.

सर्वसामान्यपणे बहिणींकडून अपेक्षित असलेल्या वाईट सवयी तिलाही होत्या. एक म्हणजे ती सकाळी सकाळी बाथरूममध्ये फार जास्त वेळ घालवत असे आणि ब्रूनो बिचारा ती येण्याची वाट बघत एका पायावरून दुसऱ्या पायावर भार देत देत बाहेर उभा असायचा. त्याचं तिला काहीच वाटत नसे.

तिच्याकडे बाहुल्यांचा मोठा संग्रह होता आणि त्या बाहुल्या तिच्या खोलीत सभोवार शेल्फमध्ये मांडलेल्या असत. तो तिच्या खोलीत गेला की

त्या त्याच्याकडे रोखून बघत आणि तो जिथे जिथे खोलीभर फिरे तिथे तिथे त्या त्याच्यावर नजर ठेवून असत. त्याला खात्री होती की, ग्रेटेल घरात नसताना जर तो तिच्या खोलीत काही शोधकार्य करायला गेला तर, त्या बाहुल्या तिला परत आल्यावर त्याच्या सगळ्या हालचालींची खबर देतील. तिला काही तुसड्या मैत्रिणी होत्या ज्यांना ब्रूनोला चिडवायला फार आवडायचं. तो जर तिच्यापेक्षा तीन वर्षांनी मोठा असता तर त्यानं असं कधीच केलं नसतं. आई किंवा मारिया घरात नसताना त्याला छळण्यात आणि वाईट-साईट बोलण्यात त्या तुसड्या मैत्रिणींना परमानंद व्हायचा.

'ब्रूनो फक्त सहा वर्षांचा आहे, नऊ नाही,' त्यातली एखादी दुष्ट मुलगी त्याच्या भोवती फेर धरून आणि त्याच्या बरगड्यांमध्ये बोटं खुपसून पुन्हा पुन्हा गात म्हणायची.

'सहा नाही, मी नऊ वर्षांचा आहे,' तिथून निसटण्यासाठी प्रतिकार करत तो म्हणायचा.

'मग तू इतका लहानखुरा कसा? बाकीची नऊ वर्षांची मुलं बघ कशी तुझ्यापेक्षा मोठी दिसतात,' ती दुष्ट विचारत असे.

हे मात्र खरं होतं आणि हा विषय म्हणजे ब्रूनोची दुखरी जागा होती. वर्गातल्या इतर मुलांइतके आपण उंच नाही, याची त्याला कायम रुखरुख लागलेली असे. तो फक्त त्यांच्या खांद्यापर्यंत येत असे. कधी तो रस्त्यानं कार्ल, डॅनिएल आणि मार्टिनबरोबर जात असेल तर लोक त्याला त्या तिघांपैकी कुणाचा तरी लहान भाऊ समजायचे. प्रत्यक्षात वयानुसार त्याचा चौघांमध्ये दुसरा क्रमांक होता.

'म्हणजे तू खरंच सहा वर्षांचा आहेस,' दुष्ट मुलगी पुन्हा पुन्हा म्हणत रहायची आणि ब्रूनो तिथून पळ काढत असे व उंची वाढवण्याचे काही व्यायाम करत असे. त्याला आशा होती की एक दिवस तो जागा होईल तेव्हा त्याची उंची फूट-दोन फूट वाढलेली असेल.

आता बर्लिनमध्ये नसण्याचा एक फायदा म्हणजे त्या मुलींपैकी कुणीही त्याला त्रास देऊ शकणार नाही. जर या नवीन घरात त्याला अगदी महिनाभर सुद्धा रहावं लागलं, तरी परत जुन्या घरी जायची वेळ येईल तोपर्यंत त्याची उंची वाढलेली असेल आणि मग कुणी त्याला वाईट-साईट बोलू शकणार नाही. आईनं जे सांगितलं होतं ते अंमलात आणायचं तर अशा चांगल्या गोष्टी नेहमीच लक्षात ठेवून वागायला पाहिजे, हे त्याला

उमगलं. कारण वाईटातूनही काहीतरी चांगलं करून दाखवायचं असं आईनं सांगितलं होतं.

दारावर टकटक न करता तो ग्रेटेलच्या खोलीत पळत गेला तेव्हा ती तिच्या अगणित बाहुल्या भिंतीतल्या वेगवेगळ्या शेल्फमध्ये मांडण्यात गढली होती.

"तू इथे काय करतोस?" गर्रकन वळून त्याच्यावर खेकसत ती म्हणाली, "दारावर वाजवल्याशिवाय एखाद्या बाईच्या खोलीत जाऊ नये, एवढं साधं तुला कळत नाही?"

"तू तुझ्या सगळ्या बाहुल्या इकडे आणल्या नाहीस ना?" ब्रूनोनं विचारलं. आपल्या बहिणीच्या बऱ्याचशा प्रश्नांकडे दुर्लक्ष करण्याची आणि त्या बदल्यात स्वत:च काही प्रश्न विचारण्याची एक खास सवय त्यानं अंगी बाणवली होती.

"अर्थातच मी आणल्या आहेत," ती उत्तरली. "तुला काय वाटलं मी त्यांना घरीच सोडून आले असेन? आपल्याला तिकडे परतायला कदाचित काही आठवडे लागतील."

"आठवडे?" ब्रूनोनं आवाजात निराशेचा सूर आणत म्हटलं. मनातून मात्र त्याला आनंद झाला होता कारण महिनाभर इथे राहण्याची त्याची मानसिक तयारी झाली होती. "तुला खरंच असं वाटतं?"

"हो, मी बाबांना विचारलं तेव्हा ते म्हणाले की पुढच्या काही काळासाठी आपल्याला इथे रहावं लागेल."

"पुढच्या काही काळासाठी म्हणजे नक्की काय?" तिच्या पलंगाच्या कडेवर टेकत ब्रूनोनं विचारलं.

"त्याचा अर्थ काही आठवडे," आपली हुशारी दाखवत ग्रेटेल म्हणाली. "कदाचित तीन आठवड्यांपर्यंत."

"मग ठीक आहे. काही काळासाठी असेल आणि महिनाभरासाठी नसेल तर चांगलं आहे. मला इथे मुळीच आवडलेलं नाही," ब्रूनो म्हणाला.

ग्रेटेलनं आपल्या छोट्या भावाकडे बघितलं आणि कधी नव्हे ती आपली सहमती दर्शवली. "मला कळतंय तुला काय म्हणायचं आहे ते," ती म्हणाली. "इथे फार काही चांगलं वाटत नाहीये, हो ना?"

"हे फार भयंकर आहे," ब्रूनो म्हणाला.

"हो खरंय," ग्रेटेलनं तेही मान्य केलं. "आत्ता भयंकर वाटत असेल,

पण एकदा हे घर ठीकठाक केलं की ते तितकसं वाईट दिसणार नाही. मी बाबांना बोलताना ऐकलं की इथे 'आऊट-विथ'ला आपल्या आधी जे राहत होते त्यांना घाईघाईनं नोकरी सोडून जावं लागलं, त्यामुळे त्यांना घराची नीट साफसफाई करायला पुरेसा वेळ मिळाला नाही."

"आऊट-विथ?" ब्रूनोनं विचारलं. "हे एक आऊट-विथ म्हणजे काय?"

"एक आऊट-विथ नाही ब्रूनो, नुसतं आऊट-विथ," ग्रटेलनं निश्वास टाकत म्हटलं.

"पण 'आऊट-विथ' म्हणजे कशाबरोबर तरी बाहेर जाणे," तो म्हणाला. "कशाबरोबर?"

"अरे, हे घराचं नाव आहे, 'आऊट-विथ'," ग्रेटेलनं खुलासा केला.

ब्रूनोनं यावर जरा विचार केला. असल्या नावाची बाहेर कोणतीही पाटी त्याला दिसली नव्हती किंवा पुढच्या दरवाजावर काहीही लिहिलेलं नव्हतं. त्याच्या बर्लिनच्या घरालाही काही नाव नव्हतं, त्याला नुसतं 'नंबर चार' असं म्हणायचे.

"पण याचा अर्थ काय?" तो वैतागून म्हणाला. "कोणाबरोबर बाहेर? कुणाला बाहेर घालवायचं?"

"कदाचित आपल्या आधी जे लोक इथे रहायचे ते असावेत," ग्रेटेल म्हणाली. "त्यांनी कदाचित नीट काम केलं नसेल आणि कुणीतरी म्हणालं असेल, त्यांना बाहेर घालवा आणि त्यांच्या जागी योग्य माणूस नेमा."

"म्हणजे आपले बाबा?"

"अर्थात," ग्रेटेल म्हणाली. तिचा ठाम विश्वास होता की बाबा कधीच चुकीचं वागू शकणार नाहीत, रागावू शकणार नाहीत. रोज झोपण्याआधी तिचा मुका घेऊन तिला गुडनाईट केल्याशिवाय ते कधीच झोपायला जात नसत. घर बदलण्याचं दुःख जरा बाजूला ठेवलं तर ब्रूनोलाही हे एकदम मान्य होतं की त्यालाही गुडनाईट केल्याशिवाय ते झोपत नसत.

"अच्छा, म्हणजे आपल्या आधी इथे असलेल्या लोकांना कुणीतरी बाहेर घालवल्यामुळे आपण 'आऊट -विथ'ला आलो आहोत?"

"अगदी बरोबर, ब्रूनो," ग्रेटेल म्हणाली. "आता माझ्या गादीवरून ऊठ. सगळी चादर तू चुरगळून टाकलीस."

ब्रूनोनं पलंगावरून उडी मारली आणि दाणकन तो गालिच्यावर आपटला. तो आवाज काही त्याला आवडला नाही. तो आवाज पोकळ होता. त्याने

लगेच निश्चय केला की या घरात असेपर्यंत उगीच इकडे-तिकडे उड्या मारायच्या नाहीत, नाहीतर हे घर केव्हाही कोसळून पडेल.

"मला इथे मुळीच आवडलेलं नाही," तो शंभराव्यांदा म्हणाला.

"मला कळतंय तुला नाही आवडलेलं, पण आपण ह्या बाबतीत काहीही करू शकत नाही, हो की नाही?" ग्रेटेल म्हणाली.

"मला कार्ल, डॅनिएल आणि मार्टिनची खूप आठवण येते," ब्रूनो म्हणाला.

"आणि मला हिल्डा, इसाबेल आणि लुईसची," ग्रेटेल म्हणाली. ह्या तिघींमधली सगळ्यात दुष्ट कोण होती हे आठवण्याचा ब्रूनो प्रयत्न करू लागला.

" ती दुसरी मुलं मला बिलकुल मैत्री करण्यासारखी वाटली नाही," ब्रूनो म्हणाला. आपल्या भयंकर बाहुल्यांपैकी काहींना शेल्फवर ठेवता ठेवता ग्रेटेल एकदम थबकली आणि त्याच्याकडे टक लावून पाहू लागली.

"तू आत्ता काय म्हणालास?" तिनं विचारलं.

"मी म्हणालो की ती दुसरी मुलं मला मैत्री करण्यासारखी वाटली नाहीत," तो पुन्हा म्हणाला.

"दुसरी मुलं?" ग्रेटेल गोंधळलेल्या आवाजात म्हणाली. "कोणती दुसरी मुलं? मला तर कुणी मुलं दिसली नाहीत?"

ब्रूनोनं खोलीभर नजर फिरवली. समोर एक खिडकी होती, पण ग्रेटेलची खोली हॉलच्या दुसऱ्या बाजूला म्हणजे त्याच्या खोलीच्या समोर असल्याने साहजिकच खिडकी विरुद्ध दिशेला होती. आपण त्या खिडकीकडे जात आहोत असं न भासवता सहजपणे तो त्या दिशेला वळला. आपल्या छोट्या पँटच्या खिशात हात घालून तो शिट्टीवर एक गाणं म्हणायला लागला आणि ग्रेटेलकडे बघण्याचं त्यानं टाळलं.

"ब्रूनो? तू हे काय करतोस? तुझं डोकं फिरलंय का?" ग्रेटेलनं विचारलं.

तो चालतच राहिला आणि शिट्टी वाजवत राहिला आणि तिच्याकडे न बघताच खिडकीशी पोहोचला. नशिबानं ती खिडकीही तो बाहेर पाहू शकेल इतकी खाली होती. त्यानं बाहेर बघितलं तर त्याला त्यांना इकडे घेऊन आलेली गाडी दिसली, बाबांच्या हाताखाली काम करणारे काही सैनिक दिसले. त्यातले काही इकडे-तिकडे उभं राहून सिगारेटस् फुंकत

होते आणि काही कारणानं मधूनच हसत होते आणि घराकडे चोरटा कटाक्ष टाकत होते. त्यांच्या पुढे घराकडे येणारा रस्ता होता आणि त्यापलीकडे एक जंगल होतं जे शोध मोहिमेवर जाण्यासाठी अगदी योग्य होतं.

"ब्रूनो, तू मघाशी काय म्हणालास ते मला कृपा करून नीट समजावून सांगशील का?" ग्रेटेलनं विचारलं.

"तिकडे पलीकडे जंगल आहे." तिच्या बोलण्याकडे दुर्लक्ष करत तो उत्तरला.

"ब्रूनो!" ती ओरडली आणि इतक्या तावातावाने त्याच्याकडे आली की तो खिडकीपासून पटकन बाजूला झाला आणि भिंतीला टेकून उभा राहिला.

"काय?" ती काय विचारत होती हे न कळल्याचा बहाणा करत त्यानं विचारलं.

"ती दुसरी मुलं. तू म्हणालास की ती तुला मैत्री करण्याच्या योग्यतेची वाटली नाहीत," ग्रेटेल म्हणाली.

"हो, नाहीच वाटत," ब्रूनो म्हणाला. खरं म्हणजे त्यांना न भेटताच त्यांच्याबद्दल काही मत बनवणं त्याला रुचत नव्हतं. असं न करण्याबद्दल आई त्याला पुन्हा पुन्हा बजावून सांगत असे.

"पण कोणती दुसरी मुलं? कुठे आहेत ती?" ग्रेटेलनं विचारलं.

ब्रूनो हसला. आपल्यामागे येण्याची खूण करत तो दाराकडे निघाला. एक खोल श्वास घेऊन ग्रेटेल निघाली. आपल्या हातातली बाहुली पलंगावर ठेवण्याचा विचार बदलून तिला छातीशी घट्ट धरून ती तिच्या भावाच्या खोलीत शिरली. आतून झंझावातासारख्या आलेल्या मारियाशी तिची जवळजवळ टक्करच होणार होती. मारियाच्या हातात मेलेल्या उंदरासदृश काहीतरी होतं.

"ती पहा तिथे आहेत," ब्रूनो म्हणाला. तो त्याच्या स्वतःच्या खिडकीपाशी पोहोचला होता आणि बाहेर बघत होता.

मुलांना बघण्यात तो इतका दंग होता की ग्रेटेल खोलीत आली की नाही इकडे त्याचं लक्षही नव्हतं. ती तिथे येणार आहे हेही तो काही क्षण विसरला.

ग्रेटेल अजून काही अंतरावर होती आणि बाहेर पाहण्यासाठी खूप उत्सुक होती. पण ब्रूनोनं ज्या पद्धतीनं वाक्य उच्चारलं आणि ज्या पद्धतीनं तो बाहेर बघत होता, ते पाहून ती जराशी घाबरली. ब्रूनोनं यापूर्वी कधीच

तिला फसवलं नव्हतं आणि आताही तो फसवत नाही ह्याची तिला खात्री होती, पण तो ज्या तऱ्हेनं तिथे उभा होता ते पाहून त्या मुलांना पाहण्याचं तिला धैर्य होईना. तिनं एक आवंढा गिळला आणि मनोमन प्रार्थना केली की, बर्लिनला नजिकच्या भविष्यकाळात लवकरच परत जाता यावं आणि ब्रूनो म्हणाला तसं महिनाभर राहण्याची वेळ त्यांच्यावर येऊ नये.

"मग?" तो म्हणाला. त्यानं वळून पाहिलं तर त्याची बहीण बाहुली हातात घट्ट धरून दारातच उभी होती. तिच्या दोन सोनेरी पोनीटेल्स जोरात खेचाव्यात अशी त्याला इच्छा झाली.

"तुला ती मुलं बघायची नाहीत?"

"हो तर! मला बघायची आहेत," ती म्हणाली आणि अडखळत त्याच्याकडे येऊ लागली. "जरा बाजूला सरक ना," कोपरानं त्याला बाजूला ढकलत ती म्हणाली.

'आऊट-विथ' मधली त्यांची पहिलीच दुपार स्वच्छ सूर्यप्रकाशाची होती. ग्रेटेलनं खिडकीतून बाहेर पाहिलं त्याच वेळी छोट्या ढगाआडून सूर्य बाहेर पडला. बाहेरच्या उजेडाला तिची नजर सरावते न सरावते तोच सूर्य पुन्हा ढगाआड गेला आणि ब्रूनो ज्याबद्दल सांगत होता ते तिला दिसलं.

त्यांनी खिडकीतून काय बघितलं?

सगळ्यात आधी सांगायचं म्हणजे ती मुलं नव्हतीच मुळी. त्यांच्यातली सगळी तर नक्कीच नाही. तिथे लहान मुलं आणि मोठी मुलं, वडील आणि आजोबा असे सगळेच होते. कदाचित काही काकाही असतील. आणि काही अशी माणसं होती जी एकेकटी कोणत्याही रस्त्यांवर राहतात आणि त्यांना कुणी नातेवाईक नसतील असं वाटतं. अशी सगळ्या प्रकारची माणसं तिथे होती.

"कोण आहेत ते?" सध्या ब्रूनो जसा वारंवार तोंडाचा चंबू करून वावरत असे, तसा चंबू करून ग्रेटेल उद्गारली "ही कोणती जागा आहे?"

"मलाही नक्की माहीत नाही," सत्याच्या जास्तीत जास्त जवळ जाण्याचा प्रयत्न करत ब्रूनो म्हणाला. "पण ती जागा घरासारखी चांगली दिसत नाही. ह्यापेक्षा जास्त मला नाही सांगता येणार."

"आणि सगळ्या मुली कुठे आहेत? आणि आया आणि आज्या?" तिनं विचारलं.

"कदाचित त्या सगळ्या दुसऱ्या भागात राहत असतील," ब्रूनोनं सुचवून पाहिलं.

ग्रेटेलनं सहमती दर्शवली. तिला खरं म्हणजे असं टक लावून पाहणं प्रशस्त वाटत नव्हतं पण त्या दृश्यावरून नजर हटवण्याचीही इच्छा होत नव्हती. तिनं आतापर्यंत तिच्या खिडकीतून दिसणारं जंगल फक्त पाहिलं होतं; जे जरा अंधारं होतं पण सहलीला जाण्यासाठी बरं दिसत होतं. पुढे

आत गेल्यावर जर तिथे मोकळी जागा असेल तर तिला तेथे सहलीला जायला आवडलं असतं. पण घराच्या या बाजूकडचं दृश्य मात्र अगदीच वेगळं होतं.

त्या दृश्याची सुरुवात मात्र अगदी छान होती. ब्रूनोच्या खिडकीच्या खाली सुंदर बाग होती. ती चांगली मोठी होती आणि वेगवेगळे, नीटनेटके वाफे करून त्यात रंगीबेरंगी फुलझाडं लावलेली होती. त्यांची निगराणी जो करत असेल त्याला अशा जागेवर सुंदर बाग फुलवण्याची निकड भासली असावी. एखाद्या ओसाड माळरानावरच्या प्रचंड किल्ल्यात अंधाऱ्या हिवाळी रात्री एक मिणमिणती मेणबत्ती लावावी तशी ती बाग त्या जागी शोभत होती.

फुलझाडांच्या शेजारून पायी चालण्याकरता एक फरसबंदी रस्ता होता. त्यावर एक लाकडी बाक ठेवलेला होता. कोवळ्या उन्हात त्यावर पुस्तक वाचत बसण्याची कल्पना ग्रेटेलच्या मनात तरळून गेली. बाकाच्या वरच्या बाजूला एक दगडी कोनशिला बसवलेली होती, पण त्यावरचा मजकूर ग्रेटेलला लांबून वाचता येत नव्हता. बाकाचं तोंड घराकडे केलेलं होतं; ते सहसा चुकीच्या दिशेला होतं असं म्हणता येईल, पण आत्ताच्या परिस्थितीत ग्रेटेलला ते असं का असावं ते समजलं.

बागेच्या, फुलांच्या आणि कोनशिला बसवलेल्या बाकाच्या पुढे वीस फुटांवर सगळंच बदलत होतं. एक उंच आणि लांबलचक तारांचं कुंपण घराला समांतर असं पसरलेलं होतं. वरच्या बाजूला ते आत वळवलेलं होतं. नजर पोहोचणार नाही इतक्या दूरपर्यंत दोन्ही दिशांना ते कुंपण पसरत गेलं होतं. ते उभे असलेल्या घरापेक्षाही कुंपण उंच होतं. ठरावीक अंतरावर आधारासाठी प्रचंड लाकडी खांब उभे केलेले होते. कुंपणाच्या वरच्या बाजूला काटेरी तारांची भेंडोळी होती. त्यांचं एक गुंतागुंतीचं जाळंच तयार झालं होतं. त्या काटेरी तारांची टोकं बघून ग्रेटेलच्या पोटात कळ आली.

कुंपणापलीकडे अजिबात गवत नव्हतं; खरं म्हणजे दूर दूर पर्यंत कोठेही हिरव्या रंगाचं नामोनिशाण दिसत नव्हतं. त्याऐवजी सबंध मैदानात वाळूसारखी माती पसरलेली होती. ग्रेटेलची नजर जाईल तिथपर्यंत बुटक्या झोपड्या आणि मोठाल्या चौकोनी इमारती इकडे-तिकडे विखुरलेल्या दिसत होत्या. काही वाळलेल्या गवताच्या गंजी रचलेल्या होत्या. काहीतरी बोलण्यासाठी तिनं आपलं तोंड उघडलं पण आपल्याला आश्चर्य व्यक्त करण्यासाठी

शब्दच सापडत नाहीत हे कळल्यावर तिनं एक शहाणपणाची गोष्ट, जी तिला त्यावेळी करणं योग्य वाटली, ती केली. ती म्हणजे उघडलेलं तोंड पुन्हा मिटून घेतलं.

"पाहिलंस?" खोलीच्या कोपऱ्यातून ब्रूनो म्हणाला. त्या खिडकीतून जे काही दिसत होतं आणि ती जी कुणी माणसं होती; ते सगळं आधी त्यानं पाहिलं होतं आणि तो ते दृश्य केव्हाही पाहू शकणार होता कारण ते त्याच्या खोलीच्या खिडकीबाहेर होतं; तिच्या नाही. त्यामुळे तो त्या सगळ्यांचा मालक होता. त्यांनी दोघांनी जे पाहिलं त्याचा तो राजा होता आणि ती त्याची विनम्र प्रजा होती. असा विचार करून ब्रूनो स्वत:वरच खुश झाला.

"मला खरंच कळत नाही, अशी वाईट जागा कुणी बांधली असेल?" ग्रेटेल म्हणाली.

"ती खरंच वाईट आहे, हो की नाही?" ब्रूनो तिच्या सुरात सूर मिसळून म्हणाला. "त्या झोपड्या तर एक मजलीच आहेत. बघ त्या किती बुटक्या आहेत."

"ती नवीन पद्धतीची घरं असतील. बाबांना नवीन गोष्टी आवडत नाहीत." ग्रेटेल म्हणाली.

"मग त्यांना ही घरं पण आवडणार नाहीत," ब्रूनो म्हणाला.

"नाही," ग्रेटेल उत्तरली आणि तिकडे एकटक बघत स्तब्ध उभी राहिली. ती बारा वर्षांची होती आणि वर्गातली सगळ्यात हुशार मुलगी म्हणून ओळखली जायची. त्यामुळे तिने आपले ओठ एकमेकांवर घट्ट दाबले, डोळे बारीक केले आणि मेंदूला ताण देऊन समोरच्या दृश्याचा अर्थ लावण्याचा प्रयत्न करू लागली. शेवटी तिला त्याचं एकच स्पष्टीकरण सापडलं.

"ते एक खेडेगाव असेल," ग्रेटेल म्हणाली आणि तिने वळून ब्रूनोकडे विजयी मुद्रेनं बघितलं.

"खेडेगाव?"

"हो, याचं हे एकच स्पष्टीकरण असू शकतं, तुला नाही वाटत?"

"बर्लिनला आपल्या घरी असताना आपण शहरात होतो. म्हणूनच तिथे खूप लोक होते आणि खूप घरं होती आणि शाळांमध्ये मुलांची गर्दी होती आणि शनिवारी दुपारी शहराच्या मध्यवस्तीतून धक्के खाल्ल्याशिवाय कुणाला चालता येत नसे."

"हो...." तिचं बोलणं काळजीपूर्वक ऐकत, मान डोलवत तो म्हणाला.

" पण आपण भूगोलाच्या तासाला शिकलो की खेडेगावात सगळे शेतकरी आणि प्राणी राहतात आणि ते धान्य पिकवतात. तिथे अशाच मोकळ्या जागा असतात, तिथे लोक काम करतात आणि आपल्यासाठी धान्य पाठवतात," तिनं पुन्हा खिडकीबाहेर पाहिलं. खूप मोठं मोकळं मैदान होतं ते आणि दोन झोपड्यांमधलं अंतरही जास्त होतं. "ते हेच असणार. खेडेगावच असणार. कदाचित हे आपलं सुट्टीत रहायला येण्याचं घर असेल," ती मोठ्या उमेदीनं म्हणाली.

ब्रूनोनं तिच्या बोलण्याचा विचार केला आणि नकारार्थी मान हलवली. "मला नाही तसं वाटत," तो खात्रीपूर्वक म्हणाला.

"तू नऊ वर्षांचा आहेस," ग्रेटेलनं प्रतिकार केला. "तुला काय कळणार? तू जेव्हा माझ्याएवढा होशील तेव्हा तुला या सगळ्या गोष्टी नीट समजतील."

"तसंही असेल," ब्रूनोला हे माहीत होतं की तो तिच्यापेक्षा लहान आहे पण म्हणून तो चुकीचा आहे हे त्याला मुळीच मान्य नव्हतं. "पण जर का हे तू म्हणतेस तसं खेडेगाव असेल तर ते सगळे प्राणी कुठे गेले?"

ग्रेटेलनं बोलण्याकरता तोंड उघडलं पण तिला योग्य उत्तर सुचेना म्हणून ती पुन्हा खिडकीबाहेर पाहू लागली आणि प्राणी आहेत का ते शोधू लागली. पण ते तिला कुठेच दिसेनात.

"जर का ते शेत असेल तर तेथे गायी, डुकरे, मेंढ्या आणि घोडे असले पाहिजेत. कोंबड्या आणि बदकं तर पाहिजेतच."

"आणि तिथे यापैकी कुणीही नाही" शांत स्वरात कबुली देत ग्रेटेल म्हणाली.

"आणि जर तुझ्या म्हणण्याप्रमाणे ते धान्य पिकवत असतील तर ती जमीन जरा तरी चांगल्या अवस्थेत असायला हवी होती, हो की नाही? त्या घाणीत काहीही उगवू शकेल असं मला नाही वाटत," तिचा पडलेला चेहरा बघून ब्रूनोला आनंदाच्या उकळ्या फुटत होत्या.

ग्रेटेलनं पुन्हा तिकडे पाहिलं आणि मान डोलवली, कारण बाजू आपल्यावर उलटत असताना आपल्याच विधानाला चिकटून राहण्याइतकी ती मूर्ख नव्हती.

"मग ते शेत नसेलच कदाचित," ती म्हणाली.

"नाहीच मुळी," ब्रूनो म्हणाला.

"याचा अर्थ ते खेडेगावही नसावं," ती पुढे म्हणाली.

"नाही. मला नाही वाटत," ब्रूनो म्हणाला.

तो पलंगावर बसला. क्षणभर त्याला वाटलं की ग्रेटेलनंही त्याच्याजवळ बसावं आणि त्याच्या खांद्याभोवती हात टाकून त्याला दिलासा द्यावा. सगळं काही लवकरच ठीक होईल, हे घर काही दिवसांनी आपल्याला आवडायला लागेल आणि बर्लिनला परत जावंसं वाटणार नाही, असं काहीतरी बोलावं. पण ती अजूनही खिडकीबाहेरच बघत होती आणि यावेळी ती फुलांकडे बघत नव्हती किंवा फरसबंद रस्त्याकडे, कोनशिला बसवलेल्या बाकाकडे, उंच कुंपणाकडे किंवा लाकडी खांबांकडे, काटेरी तारांकडे किंवा कडक, ओसाड मैदानाकडे, झोपड्यांकडे किंवा बैठ्या इमारती, गवताच्या गंजींकडे कुठेच बघत नव्हती; ती बघत होती माणसांकडे.

"ती सगळी माणसं कोण आहेत?" ती खालच्या आवाजात म्हणाली, जणू काही तिला ब्रूनोकडून नाही; तर दुसऱ्या कुणाकडून उत्तर अपेक्षित होतं. "आणि ती सगळी तिथं काय करत असावीत?"

ब्रूनो उठून उभा राहिला आणि पहिल्यांदाच ती दोघं खांद्याला खांदा लावून खिडकीशी उभी राहिली. आपल्या नवीन घरापासून पन्नास फुटांवर काय चाललं आहे हे उत्सुकतेनं बघू लागली.

जिथे नजर जाईल तिथे माणसं होती. उंच, बुटकी, म्हातारी, तरुण इकडे तिकडे फिरताना दिसत होती. काही घोळका करून स्तब्ध उभी होती, त्यांचे हात शरीराच्या बाजूला ताठ होते आणि ती डोकं वर उचलून बघण्याचा प्रयत्न करत होती. त्यांच्या समोरून एखादा सैनिक जाई. त्याच्या तोंडाच्या हालचालींवरून तो त्यांना काहीतरी आदेश देत असावा असं वाटत होतं. काही जण साखळी करून चालले होते आणि कॅम्पच्या एका दिशेकडून दुसरीकडे ढकलगाड्या ढकलत नेत होते. अचानक कुठूनतरी ढकलगाडी घेऊन ते येत असत आणि एखाद्या झोपडीच्या आड अदृश्य होत असत. काही लोक झोपड्यांजवळ शांतपणे घोळक्यानं उभे होते आणि एकटक जमिनीकडे पाहत होते, जणू काही ते एखादा खेळ खेळत होते ज्यात दुसऱ्या कुणी त्यांना बघणं नियमबाह्य होतं. काही लोक कुबड्यांच्या आधारे चालत होते तर काहींच्या डोक्याला बॅण्डेज बांधलेलं होतं. काहींच्या हातात फावडी दिसत होती आणि त्यांना सैनिक अशा जागी नेत होते की ते पुन्हा कधीच दिसत नव्हते.

ब्रूनो आणि ग्रेटेलला अशी शेकडो माणसं दिसत होती; परंतु झोपड्यांची संख्या प्रचंड होती आणि कॅम्प खूप दूरवर पसरलेला होता, अगदी त्यांच्या दृष्टीपलीकडे; त्यामुळे हजारो माणसं तिथं नक्कीच असावीत असा अंदाज होता.

"आणि ही सगळी आपल्या अगदी जवळ आहेत," विचारात पडून ग्रेटेल म्हणाली. "बर्लिनला आपल्या शांत, सुंदर रस्त्यावर फक्त सहा घरं होती. आणि इथे बघा किती आहेत. या अशा घाणेरड्या जागी बाबा नोकरीसाठी का आलेत? किती शेजारी आहेत इथे आपल्याला. मला तर काहीच समजत नाही. या सगळ्याला काही अर्थ नाही."

"ते बघ तिकडे," ब्रूनो म्हणाला त्या दिशेकडे ग्रेटेल पाहू लागली. त्यांना दिसलं की लांबवर एका झोपडीतून मुलांचा एक जथा आलेला त्यांना दिसला. सैनिक त्यांच्यावर ओरडू लागले. जेवढ्या जोरात सैनिक ओरडत तितकी ती मुलं जवळ-जवळ येऊन उभी राहत. मग त्यातला एक सैनिक पुढे झाला तेव्हा ती मुलं जरा बाजूला झाली आणि त्यानं सांगितल्याप्रमाणे एका सरळ ओळीत उभी राहिली. त्यांनी असं केल्यावर सगळे सैनिक मोठ्यानं हसायला आणि टाळ्या वाजवायला लागले.

"ती कशाची तरी प्रॅक्टीस चालू असावी," ग्रेटेल म्हणाली. काही मुलं, अगदी तिच्याएवढी मोठी देखील, रडत असावीत असं वाटत होतं; त्याकडे तिनं कानाडोळा केला.

"मी तुला सांगितलं होतं की तिकडे मुलं आहेत," ब्रूनो म्हणाला.

"पण 'मला' खेळायला आवडेल अशी ती मुलं नक्कीच नाहीत," ग्रेटेल ठामपणे म्हणाली. "ती गलिच्छ दिसतात. हिल्डा आणि इसाबेल आणि लुईझ रोज स्वच्छ अंघोळ करतात, मी सुद्धा करते. ह्या मुलांकडे पाहून असं वाटतं की त्यांनी आयुष्यात कधी अंघोळ केली नसेल."

"तिथे सगळंच ओंगळवाणं दिसतं खरं," ब्रूनो म्हणाला.

"पण कदाचित त्यांना बाथरूम्स नसतील?"

"मूर्खासारखं बडबडू नकोस," ग्रेटेल म्हणाली. खरं म्हणजे आपल्या भावाला वारंवार मूर्ख म्हणायचं नाही असं तिला बजावण्यात आलं होतं. "कोणत्या प्रकारच्या लोकांकडे बाथरूम्स नसतात?"

"मला नाही माहीत. ज्यांच्याकडे गरम पाणी नसतं त्यांच्याकडे का?" ब्रूनो म्हणाला.

ग्रेटेल काही क्षण तिकडे पाहत राहिली आणि मग शहारून मागे वळली. ''मी माझ्या खोलीत जाऊन बाहुल्या मांडते. त्या खिडकीतून नक्कीच यापेक्षा चांगलं दृश्य दिसतं.''

असं बोलून ती चालू लागली. हॉलमधून तिच्या खोलीत गेली आणि तिनं दार लावून घेतलं; पण ती लगेच बाहुल्या मांडायला गेली नाही. पलंगावर बसून ती विचार करू लागली आणि तिच्या डोक्यात खूप गोष्टींचा गोंधळ माजला.

काही अंतरावर वावरणाऱ्या त्या शेकडो लोकांकडे बघता-बघता तिच्या भावाच्या मनात शेवटी एक विचार चमकून गेला. एक गोष्ट नक्की होती की ती सगळी माणसं - लहान मुलं, मोठी मुलं, वडील, आजोबा, काका, कुठल्याही रस्त्यावर एकेकटी राहणारी माणसं ज्यांना कुणीच नातेवाईक नसावेत अशी सगळी एकाच पोशाखात दिसत होती. राखाडी रंगाचे पट्टे-पट्टे असलेला सदरा आणि विजार आणि डोक्यावर राखाडी पट्टे असलेली टोपी.

''किती विचित्र,'' खिडकीपासून बाजूला होत ब्रूनो पुटपुटला.

प्रवेश निषिद्ध

या बाबतीत एकच गोष्ट करणं शक्य होतं आणि ती म्हणजे बाबांशी बोलणं.

त्या दिवशी बर्लिनहून निघताना सकाळी गाडीत बाबा त्यांच्याबरोबर नव्हते. ते काही दिवस आधीच निघाले होते, ज्या दिवशी ब्रूनो घरी आल्यावर त्याला मारिया त्याच्या वस्तू कपाटातून उपसून काढताना दिसली होती; अशा वस्तू ज्या त्यानं कप्प्यात अगदी मागे लपवून ठेवल्या होत्या आणि त्यांना हात लावण्याचं कुणाला काही कारण नव्हतं. त्याच रात्री बाबा बर्लिनहून इकडे आले होते. त्यानंतरच्या काही दिवसात आई, ग्रेटेल, मारिया, आचारी, लार्स आणि ब्रूनो त्यांचा सगळा वेळ खोक्यांमध्ये सगळं सामान भरणं आणि ती खोकी ट्रकमध्ये चढवण्यात जात होता. ह्या ट्रकमधून सगळं सामान त्यांच्या 'आऊट-विथ' या नवीन घरी आणण्यात येणार होतं.

सगळं घर रिकामं-रिकामं दिसत होतं; ते खरं म्हणजे घर वाटतंच नव्हतं. निघण्याच्या दिवशी उरलं-सुरलं सामान बॅगांमध्ये भरून तयार झालं. लाल आणि काळे झेंडे लावलेली सरकारी गाडी त्यांना घेऊन जाण्यासाठी दाराशी येऊन थांबली होती.

घरातून सगळ्यात शेवटी आई, मारिया, आणि ब्रूनो बाहेर पडले. ब्रूनोला वाटलं की मारिया अजून दारातच उभी होती हे आईच्या लक्षात आलं नसावं, कारण बाहेरच्या हॉलकडे एकवार शेवटची नजर तिनं टाकली.

जिथे त्यांनी खूप आनंदाचे क्षण घालवले होते. डिसेंबरमध्ये ख्रिसमस ट्री ठेवण्याची जागा, हिवाळ्यात एका स्टॅण्डवर ओल्या छत्र्या अडकवण्याची जागा, ब्रूनोला चिखलानं माखलेले बूट काढण्यासाठी केलेला विशिष्ट कोपरा - जो त्यानं कधीच वापरला नव्हता. हे सगळं पाहून तिनं मान हलवली आणि काहीतरी विचित्र बोलली.

"फ्यूरीला आपण जेवायला बोलवायला नको होतं," ती म्हणाली. "काही लोक आणि त्यांची पुढे जाण्याची इच्छा."

हे बोलून आई वळली. तिच्या डोळ्यात पाणी आल्याचं ब्रूनोला दिसलं. मारियाला दारात उभं राहून तिच्याकडे बघताना पाहून ती दचकली.

"मारिया," ती चमकून म्हणाली. "मला वाटलं की तू गाडीत जाऊन बसलीस."

"मॅडम, मी निघतच होते," मारिया म्हणाली.

"माझ्या बोलण्याचा तसा अर्थ...." खेदानं मान हलवून आईनं पुन्हा बोलायला सुरुवात केली. "मला तसं सुचवायचं नव्हतं..."

"मी निघतच होते, मॅडम," आईचं बोलणं मध्येच तोडायचं नसतं हा नियम मारियाला बहुतेक माहीत नसावा, कारण ती मध्येच बोलली. दारातून पटकन बाहेर पडत गाडीकडे धावली.

आई जरा विचारात पडली; पण मग तिने खांदे झटकले, जणू काही आता काहीही तोंडातून निघून गेलं तरी फारसा फरक पडणार नव्हता. "चला तर मग, ब्रूनो," ती म्हणाली. दाराला कुलूप लावून तिनं त्याचा हात धरला. "हे सगळं संपल्यावर एखादे दिवशी आपण इथे परत येऊ, अशी आशा करू या."

पुढे झेंडे असलेल्या त्या सरकारी गाडीनं त्यांना रेल्वे स्टेशनवर आणून सोडलं होतं. तिथे एका मोठ्या प्लॅटफॉर्मच्या दोन्ही बाजूंना रूळ होते आणि त्यावर प्रवाशांची वाट बघत दोन गाड्या थांबलेल्या होत्या. प्लॅटफॉर्मच्या दुसऱ्या कडेला बरेच सैनिक कवायत करत चालले होते आणि सिग्नल देणाऱ्यांची झोपडीही मध्येच होती, त्यामुळे ब्रूनोला लोकांची गर्दी फारशी पाहता आली नाही. त्याला आणि घरातल्या इतरांना एका अतिशय आरामदायी गाडीत चढवण्यात आलं. गाडीत अगदी कमी लोक होते आणि खूप रिकामी जागा होती. खिडक्या उघडल्यावर ताजी, थंड हवा येत होती. दोन्ही रेल्वे गाड्या जर विरुद्ध दिशांना जाणाऱ्या असत्या तर हे फारसं

विचित्र वाटलं नसतं; पण त्या दोन्ही पूर्वेकडेच जाणाऱ्या होत्या. क्षणभर ब्रूनोला वाटलं की धावत जावं आणि प्लॅटफॉर्मवरच्या लोकांना ओरडून सांगावं, 'आमच्या गाडीत खूप जागा आहे.' पण त्यानं स्वतःला आवर घातला. कारण जरी असं करण्यानं आईला राग आला नसता तरी ग्रेटेल बिथरली असती आणि त्यामुळे परिस्थिती फारच बिघडली असती.

'आऊट-विथ'ला त्यांच्या नवीन घरी आल्यापासून त्यानं बाबांना बघितलं नव्हतं. जेव्हा मघाशी बेडरूमचं दार करकरलं तेव्हा त्याला तिथे बाबाच आहेत असं वाटलं होतं; पण त्यांच्याऐवजी त्या दारातून चेहऱ्यावर शत्रुभाव असलेला सैनिक बाहेर आला आणि त्यानं ब्रूनोकडे कोरड्या नजरेनं बघितलं. ब्रूनोनं बाबांचा मोठा घुमणारा आवाज ऐकला नव्हता आणि खालच्या मजल्यावरून त्यांच्या बुटांचा खाडखाड आवाजही ऐकू आला नव्हता. पण लोकांची ये-जा मात्र सारखी सुरू होती. आता पुढे काय करायचं असा तो विचार करत असतानाच अचानक खालून प्रचंड गदारोळ ऐकू आला. ब्रूनो हॉलमध्ये येऊन कठड्याला रेलून खाली बघू लागला.

बाबांच्या ऑफीसचं दार उघडं होतं आणि पाच माणसं घोळका करून उभी होती; ती मोठ्यानं हसत एकमेकांचे हात हातात घेऊन हलवत होती. बाबा त्यांच्या मध्यभागी उभे होते आणि कडक इस्त्रीच्या युनिफॉर्ममध्ये रुबाबदार दिसत होते. त्यांचे दाट केस नीट विंचरून चापून-चोपून बसवलेले होते आणि ते पाहून वरती ब्रूनोच्या मनात त्यांच्याविषयी थोडी भीती आणि आदर दाटून आला. बाकीची माणसं त्याला बघताक्षणी तितकीशी आवडली नाहीत. ती बाबांएवढी रुबाबदार नक्कीच नव्हती. त्यांचे युनिफॉर्मही इतके कडक इस्त्रीचे नव्हते. त्यांचे आवाजही इतके घुमणारे नव्हते की बूटही इतके चकाकणारे नव्हते. त्यांनी आपल्या टोप्या काखेत धरल्या होत्या आणि बाबांचं आपल्याचकडे लक्ष जावं यासाठी जणू त्यांच्यात स्पर्धा लागली होती. त्यांच्या संभाषणातले काही तुकडे त्याला अधूनमधून ऐकू येत होते.

"....इथे आल्यापासून त्यानं चुकाच चुका केल्या. परिस्थिती इतकी टोकाला गेली की फ्यूरीपुढे दुसरा पर्याय नव्हता आणि...." एकजण म्हणाला.

"....शिस्त," दुसरा म्हणाला "आणि कार्यक्षमता. बेचाळीसच्या सुरुवातीपासून आपल्यात कार्यक्षमता कमी आहे आणि तिच्याशिवाय...."

"....हे तर स्पष्ट आहे, आकडे काय सांगतात हे तर स्पष्टच आहे. अगदी स्पष्ट आहे, कमाण्डण्ट...." तिसरा म्हणाला.

"....आणि आपण अजून एक बांधू शकलो तर," शेवटचा म्हणाला, "आपण काय करू शकू कल्पना करा.... फक्त कल्पना करा....!"

बाबांनी एक हात वर उचलला आणि बाकीचे एकदम गप्प झाले. जणू काही ते न्हाव्याच्या दुकानातल्या वाद्यवृंदाचे संगीत संयोजक होते.

"सभ्य गृहस्थ हो," ते म्हणाले. ब्रूनोला प्रत्येक शब्द स्पष्ट ऐकू येऊ लागला. खोलीच्या या टोकापासून त्या टोकापर्यंत सहज ऐकू जाणारा दमदार आवाज असलेला बाबांच्या सारखा माणूस या पृथ्वीतलावर यापूर्वी जन्माला आला नसावा. "तुमच्या सूचना आणि तुम्ही दिलेलं प्रोत्साहन कौतुकास्पद आहे. जे झालं ते झालं. आता आपण नव्यानं सुरुवात करू या आणि ती उद्यापासून करू या. आता या घडीला मला माझ्या कुटुंबाला जरा मदत करायला हवी; नाहीतर त्यांना तिकडे जितका त्रास भोगावा लागतो तितकाच मला इकडे भोगावा लागेल, समजलं?"

सगळे लोक मोठ्यानं हसले आणि बाबांचा हात हलवून निरोप घेऊ लागले. खेळण्यातल्या सैनिकांसारखे ते एका ओळीत उभे राहिले आणि त्यांचे हात सॅल्यूट करण्यासाठी एकदम पुढे आले; बाबांनी ब्रूनोला सलाम करायला शिकवलं होतं तसे. हाताचा तळवा ताठ, छातीपासून कपाळापर्यंत झपकन हात न्यायचा. तोंडानं जे दोन शब्द ब्रूनोला शिकवण्यात आले होते ते त्यांनी म्हटले. कुणीही ब्रूनोला अभिवादन करताना हे शब्द वापरले तर उत्तरादाखल तोही ते म्हणत असे. मग ते लोक गेले आणि बाबा ऑफीसमध्ये शिरले, जिथे कोणत्याही परिस्थितीत आणि कोणत्याही वेळी प्रवेश निषिद्ध होता.

ब्रूनो सावकाश खाली उतरला आणि दाराबाहेर जरासा घुटमळला. या घरी येऊन एक तास होत आला होता तरी बाबा त्याला हॅलो म्हणायला आले नाहीत, याचं त्याला वाईट वाटलं. पण त्याला हे अनेकवेळा समजावून सांगण्यात आलं होतं की बाबांना खूप काम असतं आणि सारखं सारखं त्याला हॅलो म्हणण्यासारख्या लहानशा गोष्टीसाठी त्यांनी त्रास घेणं योग्य नव्हतं. आता सैनिक निघून गेल्यामुळे यावेळी दारावर टकटक करायला काही हरकत नाही असं ब्रूनोला वाटलं.

बर्लिनला असताना ब्रूनो बाबांच्या ऑफीसमध्ये फक्त काही वेळाच गेला होता आणि ते सुद्धा बहुतेक वेळा त्यानं काहीतरी खोडकरपणा केला

आणि त्याची कानउघाडणी करावी लागली तेव्हाच. बर्लिनमधे बाबांच्या ऑफीसबाबत लागू असलेला नियम हा ब्रूनोला शिकवण्यात आलेल्या नियमांपैकी सगळ्यात महत्त्वाचा होता आणि तोच इथे 'आऊट-विथ' च्या ऑफीसबाबतही लागू असणार हे न समजण्याइतका तो मूर्ख नव्हता. पण तो बाबांना काही दिवस भेटला नव्हता त्यामुळे त्याचं दारावर आता टकटक करणं हे तितकसं नियमबाह्य ठरणार नाही असं त्याला वाटलं.

आणि म्हणून त्यानं काळजीपूर्वक दारावर टकटक केलं. दोनदा आणि सावकाश केलं.

कदाचित बाबांनी ऐकलं नाही, कदाचित ब्रूनोनं फार जोरात वाजवलं नाही, पण कुणीच दार उघडायला आलं नाही; म्हणून त्यानं पुन्हा जरा जोरातच दार वाजवलं. आणि यावेळी मात्र तो घुमणारा आवाज आतून ऐकू आला. "आत या!"

ब्रूनोनं दाराची मूठ फिरवली आणि तो आत शिरला. आत जाताक्षणी त्यानं त्याचं सध्या नेहमी वापरात असलेलं सोंग धारण केलं - डोळे विस्फारलेले, तोंडाचा चंबू आणि हात व खांदे दोन्ही बाजूंना ताठ केलेले. बाकीचं घर जरी थोडं अंधारलेलं, उदास आणि शोधकार्य करण्यासाठी अगदीच अयोग्य असलं तरी ही खोली मात्र त्याला अपवाद होती. सगळ्यात पहिली गोष्ट म्हणजे तिचं छत खूप उंच होतं आणि खाली अंथरलेला गालिचा इतका गुबगुबीत होता की ब्रूनोला वाटलं आपण त्यात बुडून जाऊ. भिंती तर दिसतच नव्हत्या; गर्द रंगाच्या महागनी लाकडाच्या शेल्फनं त्या झाकल्या होत्या. सगळ्या कप्प्यांमध्ये पुस्तकंच पुस्तकं भरलेली होती. त्यांच्या बर्लिनच्या घरच्या लायब्ररीतही अशीच पुस्तकं होती. त्याच्या समोरच्या भिंतीत मोठ्या मोठ्या खोल खिडक्या होत्या; त्या बागेत उघडत होत्या आणि खिडकीत बसायला ऐसपैस जागा होती. या सगळ्याच्या मध्यभागी प्रचंड मोठ्या ओकच्या टेबलाशी बाबा बसले होते. ब्रूनो आत येताच त्यांनी समोरच्या कागदपत्रांमधून मान उचलून त्याच्याकडे पाहिलं आणि ते तोंड भरून हसले.

"ब्रूनो," ते म्हणाले आणि टेबलापलीकडून पुढे येत त्यांनी त्याचा हात हातात घेऊन प्रेमानं हलवला. बाबा सहसा कुणाला मिठी मारण्यातले नव्हते. याउलट आई आणि आजी जरा जास्त वेळा मिठी मारायच्या आणि जोडीला मुकेही घ्यायच्या. "माझ्या बाळा," ते क्षणभर थांबून म्हणाले.

"हॅलो, बाबा," ब्रूनो सावकाश म्हणाला. खोलीच्या भव्यतेमुळे तो दबून गेला होता.

"ब्रूनो, थोड्याच वेळात मी तुला भेटायला वरती येणार होतो, खरंच," बाबा म्हणाले. "मला एक मिटिंग संपवायची होती आणि एक पत्र लिहायचं होतं. तुम्ही इथे सुखरूप पोहोचलात ना?"

"हो बाबा," ब्रूनो म्हणाला.

"तुझ्या आईला आणि ताईला घर बंद करण्याच्या कामात तू मदत केलीस ना?"

"हो बाबा," ब्रूनो उत्तरला.

"मग मला तुझा अभिमान वाटतो. बैस बाळ," बाबा कौतुकानं म्हणाले.

त्यांनी समोरच्या एका मोठ्या खुर्चीकडे हात केला आणि ब्रूनो त्यात चढून बसला. त्याचे पाय जमिनीला टेकत नव्हते. बाबा टेबलामागच्या त्यांच्या खुर्चीत जाऊन बसले आणि त्याच्याकडे पाहू लागले. काही क्षण कुणीच काही बोललं नाही, मग शेवटी बाबांनीच त्या शांततेचा भंग केला.

"मग? तुला काय वाटतं?" त्यांनी विचारलं.

"मला काय वाटतं? कशाबद्दल काय वाटतं?" त्यानं उलट विचारलं.

"या नवीन घराबद्दल. तुला आवडलं का ते?"

"नाही," ब्रूनो पटकन म्हणाला कारण त्याला नेहमीच स्वत:शी प्रामाणिक रहायला आवडायचं आणि त्याला हे पक्कं माहीत होतं की तो क्षणभर जरी थबकला असता तरी त्याला खरं काय वाटतं ते सांगण्याचा धीर झाला नसता.

"मला वाटतं आपण घरी परत जावं," तो धीटपणे म्हणाला.

बाबांच्या चेहऱ्यावरचं हसू थोडं कमी झालं आणि त्यांनी समोरच्या पत्राकडे एक दृष्टीक्षेप टाकला; मग मान वर केली. जणू काही त्यांना उत्तराची नीट जुळवाजुळव करायची होती.

"आपण घरीच तर आहोत, ब्रूनो. 'आऊट-विथ' हे आपलं नवीन घर आहे," ते हळुवारपणे म्हणाले.

"पण आपण बर्लिनला केव्हा परत जाणार? तिथे किती छान वाटतं," बाबांचं उत्तर ऐकून धास्तावलेल्या ब्रूनोनं विचारलं.

"चल, चल," बाबांना ते काहीही ऐकायचं नव्हतं.

"आपण हे सगळं नको बोलायला," ते म्हणाले,. "घर म्हणजे काही

नुसती इमारत, रस्ता किंवा शहर नसतं. नुसत्या विटा आणि मातीनं काही घर बनत नाही. आपलं कुटुंब जिथे असतं, ते घर असतं, खरं की नाही?''

"हो, पण..."

"आणि आपलं कुटुंब इथे आहे, ब्रूनो. 'आऊट-विथ'ला. त्यामुळे, हेच आपलं घर."

हे सांगताना बाबांनी Ergo (त्यामुळे) हा लॅटिन शब्द वापरला त्याचा अर्थ ब्रूनोला कळला नाही, पण त्याला जाणून घेण्याची गरजही भासली नाही कारण त्याच्याकडे एक युक्तिवाद होता. "पण आजी आणि आजोबा तर बर्लिनमध्ये आहेत. आणि ते पण आपल्या कुटुंबातलेच आहेत. मग हे आपलं घर होऊच शकत नाही."

बाबांनी यावर जरा विचार केला आणि मान डोलवली. उत्तर द्यायला त्यांनी बराच वेळ लावला. "हो बाळा, ते आहेत. पण तू आणि आई आणि ग्रेटेल आपल्या कुटुंबातील सगळ्यात जास्त महत्त्वाचे सदस्य आहेत आणि आपण आता या घरात राहत आहोत. 'आऊट-विथ'ला. अरे, अरे, इतका नाराज नको होऊस!" (कारण ब्रूनोचा चेहरा पार उतरला होता.) "तू अजून पुरेसा वेळ दिलेला नाहीस. तुला कदाचित इथे आवडेलही."

"मला इथे मुळीच आवडलेलं नाही," ब्रूनो ठामपणे म्हणाला.

"ब्रूनो...." बाबा थकलेल्या सुरात म्हणाले.

"कार्ल इथे नाही आणि डॅनिएल नाही आणि मार्टिन नाही आणि आपल्या आजूबाजूला दुसरी घरं नाहीत आणि भाज्यांची, फळांची दुकानं नाहीत आणि रस्ते नाहीत आणि कॅफे नाहीत, त्यांच्या बाहेर ठेवलेली टेबल्स नाहीत आणि शनिवारी दुपारी भर गर्दीत तुम्हाला कुणी धक्के मारायला नाही."

"ब्रूनो, आयुष्यात काही वेळा काही गोष्टी आपल्याला कराव्याच लागतात. आपल्या आवडी-निवडीचा तिथे प्रश्नच नसतो," बाबा म्हणाले. त्यांना आता या संभाषणाचा कंटाळा यायला लागला आहे हे ब्रूनोला उमगलं. "आणि ही गोष्ट तशीच आहे. हे माझं काम आहे, खूप महत्त्वाचं काम आहे. आपल्या देशासाठी महत्त्वाचं. फ्यूरीसाठी महत्त्वाचं. तुला कधीतरी हे समजेल."

"मला घरी जायचं आहे," ब्रूनो म्हणाला. आपल्या डोळ्यात पाणी जमा होतंय हे त्याला कळत होतं. फक्त एकच गोष्ट त्याला सगळ्यात जास्त

हवीशी वाटत होती, ती म्हणजे बाबांनी 'आऊट-विथ' ही किती भयानक जागा आहे हे समजून घ्यावं आणि आता इथून निघण्याची वेळ झाली आहे हे कबूल करावं.

"तू हे समजून घ्यायला हवंस की तू घरीच आहेस," ब्रूनोला पुरतं निराश करत ते म्हणाले. "पुढच्या काही काळासाठी तरी हे असंच आहे."

ब्रूनोनं डोळे मिटून घेतले. आपलं म्हणणं खरं करण्यासाठी त्यानं आजवर फार वेळा हट्ट केला नव्हता आणि बाबांनी मन बदलावं अशा तीव्र इच्छेपोटी तर तो कधीच गाऱ्हाणं घेऊन त्यांच्याकडे गेला नव्हता. पण इथेच राहण्याची कल्पना, इतक्या भयंकर ठिकाणी, जिथे कुणीही खेळायला नव्हतं, त्याच्या सहनशक्तीच्या पलीकडे होती. क्षणभरानंतर जेव्हा त्यानं डोळे उघडले तेव्हा त्याला दिसलं की बाबा त्यांच्या जागेवरून उठून त्याच्याजवळ आले होते. आणि त्याच्या शेजारच्या खुर्चीत बसले. त्यांनी एक चांदीची डबी उघडली, त्यातून एक सिगारेट काढली आणि पेटवण्यापूर्वी टेबलावर झटकली.

"मी लहान होतो तेव्हाचं मला आठवतंय," बाबा म्हणाले, "काही गोष्टी मला करायला आवडायच्या नाहीत; पण मग माझे बाबा मला सांगत की मी जर त्या गोष्टी केल्या तर त्या सगळ्यांच्या भल्यासाठीच असतील आणि मी त्यांचं ऐकत असे. त्या गोष्टी पूर्ण करण्याचा जास्तीत जास्त प्रयत्न माझ्याकडून करत असे.

"कोणत्या गोष्टी?" ब्रूनोनं विचारलं.

"अरे, मला नक्की माहीत नाही," बाबा खांदे उडवून म्हणाले. "इकडच्या-तिकडच्या असतील, मी त्यावेळी खूप लहान होतो आणि चांगलं-वाईट मला कळत नसे. काहीवेळा, मला घरी राहून अभ्यास पूर्ण करण्याची इच्छा नसे; त्यापेक्षा रस्त्यावर जाऊन मित्रांमध्ये खेळण्याची इच्छा असे, जशी तुला असते आणि आता मागे वळून पाहता असं वाटतं की ते किती मूर्खपणाचं होतं."

"अच्छा, म्हणजे मला कसं वाटतं ते तुम्हाला समजतंय," ब्रूनो उत्सुकतेनं म्हणाला.

"हो, पण मला हे पण समजतं की माझे बाबा, म्हणजे तुझे आजोबा हे जास्त चांगलं जाणत असत की माझ्यासाठी कोणती गोष्ट योग्य होती आणि त्यांचं म्हणणं मान्य करण्यात मलाही खूप आनंद वाटत असे. केव्हा

वाद घालावा आणि केव्हा तोंड बंद ठेवावं आणि आदेश पाळावेत, हे जर मी शिकलो नसतो तर आयुष्यात मी इतका यशस्वी होऊ शकलो असतो असं तुला वाटतं? काय ब्रूनो? वाटतं तुला?''

ब्रूनोनं सभोवार नजर टाकली. ती भिरभिरत खोलीच्या कोपऱ्यात असलेल्या खिडकीवर पडली आणि खिडकीतून त्याला पलीकडचं भयानक दृश्य दिसलं.

''तुम्ही काही चुकीचं वागलात का?'' त्यानं थोडं थांबून विचारलं. ''असं काही की ज्यामुळे फ्यूरीला राग आला?''

''मी? तुला काय म्हणायचं आहे?'' त्यांच्याकडे आश्चर्यानं पाहत बाबा उद्गारले.

''म्हणजे तुम्ही कामात काही चुका केल्या का? मला माहीत आहे की तुम्ही फार महत्त्वाचे आहात आणि फ्यूरीच्या तुमच्याकडून खूप मोठ्या अपेक्षा आहेत. पण त्यांनी तुम्हाला या अशा जागी उगीच पाठवलं नसेल. तुम्ही असं काहीतरी केलं असेल की त्याची ही शिक्षा असेल.''

बाबा हसले आणि त्यामुळे ब्रूनो अधिकच दुखावला. जेव्हा तो एखाद्या गोष्टीचा खुलासा करून घेण्यासाठी प्रश्न विचारत असेल आणि ते न समजून घेता एखादा मोठा माणूस जर त्याला हसला तर त्याला भयंकर राग येत असे.

''तुला माझ्या कामाचं महत्त्व नीट कळलेलं नाही.'' बाबा म्हणाले.

''असो. मला नाही वाटत तुम्ही तुमचं काम फार चांगल्या रितीनं केलं असेल, ज्यामुळे इतकं चांगलं घर सोडून आपल्या सगळ्यांना या भयानक ठिकाणी यावं लागलं. मला असंच वाटतं की तुम्ही काहीतरी मोठी चूक केली आहे आणि तुम्ही जाऊन फ्यूरीची माफी मागायला हवी म्हणजे हे सगळं इथेच संपेल. कदाचित तुम्ही प्रामणिकपणे तुमची चूक कबूल केलीत तर ते तुम्हाला माफ करतील.''

आपण जे बोलतोय ते योग्य आहे की नाही हे समजण्याच्या आत ब्रूनोच्या तोंडून शब्द बाहेर पडले होते. त्यालाच बोलताना जेव्हा ते ऐकू आले तेव्हा त्याला जाणवलं की स्वत:च्या वडिलांशी बोलण्यासाठी ते फार योग्य नव्हते किंवा त्याला खरंच मनापासून तसं बोलायचं नव्हतं. पण आता जे काही होतं ते बोलून झालं होतं; ते शब्द तो परत घेऊ शकत नव्हता. त्यानं अस्वस्थपणानं एक आवंढा गिळला आणि काही क्षण

शांततेत गेल्यावर त्यानं हळूच बाबांकडे पाहिलं तेव्हा ते दगडी चेहऱ्यानं त्याच्याचकडे बघत होते. ब्रूनोनं ओठांवरून जीभ फिरवली आणि तो दुसरीकडे पाहू लागला. बाबांच्या डोळ्याला डोळा भिडवणं या क्षणी त्याला योग्य वाटेना.

काही क्षण शांततेत आणि अस्वस्थतेत गेल्यानंतर बाबा हळूच उठले आणि त्याच्या जवळून पुन्हा टेबलामागे आपल्या जागेजवळ गेले; त्यानी सिगारेट रक्षापात्रात ठेवली.

"तू हे बोलून माझा अनादर केला असं मी म्हणत नाही, पण तुझं बोलणं धाडसाचं होतं. ही काही फार वाईट गोष्ट नाही," ते हळूच म्हणाले. आताच्या बोलण्याचा ते मनात विचार करत असावेत.

"मला तसं म्हणायचं नव्हतं...."

"पण आता तुला गप्प बसायला हवं." आपला आवाज चढवून आणि त्याचं वाक्य मध्येच तोडत बाबा म्हणाले; कारण सर्वसामान्य कुटुंबीयांना बंधनकारक असणारे नियम त्यांना कधीही लागू नव्हते. "ब्रूनो, मला तुझ्या भावना समजतात कारण तुला हे सगळं किती जड जातंय हे मला कळतंय. तुझं वय लहान आहे आणि तू अननुभवी आहेस त्यामुळे तू जराशी उद्धट भाषा वापरलीस. तरी मी शांतपणानं तुझं बोलणं ऐकून घेतलं. मी त्यावर काहीही प्रतिक्रिया दिली नाही हे तू पाहिलंस. पण आता मात्र तुला हे मान्य करावंच लागेल की...."

"मला काहीही मान्य करायचं नाही!" ब्रूनो जोरात ओरडला. आपण इतक्या मोठ्यानं ओरडू हे त्यालाही कधी कळलं नाही त्यामुळे तो आश्चर्यानं थक्क झाला. (हे त्याच्या दृष्टीनं खरंच आश्चर्यकारक होतं.) त्याचं शरीर ताठरलं आणि वेळ आलीच तर धूम ठोकण्याची त्यानं तयारी केली. पण आज बाबांना कशामुळेही राग येत नव्हता. प्रामाणिकपणे सांगायचं झालं तर ते क्वचितच चिडत असत; ते एकदम शांत बसत आणि अलिप्तपणे वागत आणि काही झालं तरी शेवटी स्वत:चच म्हणणं खरं करत त्याच्यावर ओरडण्यापेक्षा किंवा त्याच्यामागे घरभर पळण्यापेक्षा ते फक्त आपली मान हलवत आणि त्यावरून, चर्चा संपली आहे असं सूचित करत.

"ब्रूनो, तुझ्या खोलीत जा," हे वाक्य ते अशा काही थंड आवाजात बोलले की यापुढे बोलण्यात काही अर्थ नाही हे ब्रूनोनं ओळखलं; म्हणून तो मुकाट्यानं उठला, निराशेनं त्याच्या डोळ्यात पाणी जमा झालं होतं. तो

दाराकडे चालत गेला, पण ते उघडण्यापूर्वी तो मागे वळला आणि एक शेवटचा प्रश्न विचारला. "बाबा?" त्यानं सुरुवात केली.

"ब्रूनो, मला काही एक....." बाबा वैतागून म्हणाले. "नाही नाही, त्याबद्दल नाही," ब्रूनो पटकन बोलला. "मला वेगळाच प्रश्न पडला आहे."

बाबांनी खोल श्वास घेतला आणि तो प्रश्न विचारायला सांगितलं आणि त्यानंतर हा विषय इथेच संपेल व त्यावर कोणतेही वाद होणार नाहीत असा इशाराही दिला.

ब्रूनोनं आपला प्रश्न विचारण्यापूर्वी काळजीपूर्वक शब्दांची जुळणी केली. यावेळी त्याला मोजक्या पण योग्य शब्दात तो मांडायचा होता. त्याचं विचारणं कोणत्याही प्रकारे उद्धटपणाकडे किंवा असमंजसपणाकडे झुकायला नको होतं. "बाहेर दिसतात ती सगळी माणसं कोण आहेत," त्यानं शेवटी विचारलं.

बाबांनी मान डावीकडे कलती केली, ते या प्रश्नानं जरा गोंधळले. "ते सैनिक आहेत, ब्रूनो," ते म्हणाले. "आणि सहाय्यक. ऑफीसचे लोक, कर्मचारी. त्यांना तू या आधीही पाहिलं आहेस."

"नाही. ते नाहीत," ब्रूनो म्हणाला. "माझ्या खिडकीतून दिसतात ती माणसं. दूरवर, झोपड्यांमध्ये. सगळ्यांचा पोशाख सारखाच आहेत ती."

"हां, ती माणसं," मान हलवत आणि किंचित हसत बाबा म्हणाले, "ती माणसं....अं, ती मुळी माणसंच नाहीत, ब्रूनो."

ब्रूनोच्या कपाळाला आठ्या पडल्या, "ती माणसं नाहीत?" बाबांच्या म्हणण्याच्या नेमका अर्थ न समजून तो म्हणाला.

"म्हणजे माणूस या शब्दाचा जो नेमका अर्थ आपल्याला माहीत आहे, तशी ती नाहीत," बाबा पुढे म्हणाले. "पण तुला इतक्यात त्यांची चिंता करण्याचं काही कारण नाही. त्यांचा आणि तुझा काही संबंध नाही. तुझ्यात आणि त्यांच्यात काहीही साम्य नाही. फक्त आता या नवीन घराशी जुळवून घे आणि शहाण्यासारखा वाग, एवढंच मला तुला सांगायचं आहे. जशी परिस्थिती आहे तशी स्वीकार आणि मग सगळं सोपं होऊन जाईल."

"हो बाबा," उत्तरामुळं अजिबात समाधान न झालेला ब्रूनो म्हणाला. त्यानं दार उघडलं आणि बाबांनी त्याला परत बोलवलं. ते उभे होते आणि त्यांनी एक भुवई उंचावलेली होती. कारण ब्रूनो काहीतरी विसरला होता.

बाबांचा इशारा ब्रूनोला बरोबर कळला आणि त्यानं ते शब्द उच्चारले व बाबांची हुबेहूब नक्कल केली.

त्यानं आपले पाय जवळ आणले आणि दोन्ही टाचा आपटण्यापूर्वी आपला उजवा हात हवेत फेकला. जितका बाबांसारखा काढता येईल तेवढ्या गंभीर आणि खालच्या आवाजात कोणत्याही सैनिकाचा निरोप घेताना म्हणायचे शब्द त्याने म्हटले.

"हैल हिटलर,'' या शब्दांचा ब्रूनोला अभिप्रेत अर्थ असा होता, "सध्यापुरता तुमचा निरोप घेतो, तुमची दुपार सुखाची जावो.''

मारियाचा पगार

काही दिवसांनंतरची गोष्ट. ब्रूनो आपल्या पलंगावर छताकडे बघत पडला होता. छताला दिलेल्या पांढऱ्या रंगाच्या जागोजागी खपल्या पडल्या होत्या आणि पोपडे आले होते, ते अत्यंत वाईट दिसत होते. बर्लिनच्या घरात असं नव्हतं. त्या रंगाचे कधी पोपडे निघत नसत आणि दरवर्षी आई उन्हाळ्यात रंगाऱ्याला बोलवून नवीन रंग-रंगोटी करून घेत असे. या विशिष्ट दुपारी तो पलंगावर पडून कोळ्याच्या जाळ्यासारख्या दिसणाऱ्या भेगांकडे पाहत होता आणि त्यांच्याआड काय असेल याचा डोळे बारीक करून विचार करत होता. त्याच्या डोक्यात अशी कल्पना आली की रंग आणि छत यांच्यामध्ये बारीकबारीक किडे राहत असतील आणि ते त्या रंगाला बाहेर ढकलत असतील. ढकलून, ओरबाडून, भगदाड पाडून बघत असतील. ते बहुतेक तिथून सुटका करून घेण्यासाठी खिडकी शोधण्याची धडपड करत असतील. ब्रूनोला वाटलं कुणालाही, अगदी किड्यांनासुद्धा 'आऊट-विथ' ला राहण्याची इच्छा नाही.

"इथे सगळं भयंकर आहे," तो मोठ्यानं म्हणाला. जरी त्याचं बोलणं ऐकायला खोलीत कुणीच हजर नव्हतं, तरी आपलेच शब्द ऐकून त्याला जरा बरं वाटलं. "मला हे घर आवडत नाही, मला ही खोली आवडत नाही आणि मला हे रंगकामही आवडत नाही. मला काहीच आवडत नाही. अगदी काहीच."

त्याचं बोलणं संपता-संपताच, धुतलेल्या, वाळवलेल्या आणि इस्त्री केलेल्या त्याच्या कपड्यांचा ढीग हातात घेऊन मारिया दारातून आत आली. त्याला

पलंगावर लोळताना पाहून ती थोडी थबकली पण जराशी मान तुकवून कपड्यांच्या कपाटाकडे जाऊ लागली.

"हॅलो," ब्रूनो म्हणाला. मित्रांशी बोलण्याची सर काही मोलकरणीशी बोलताना येत नसली तरी आजूबाजूला बोलायला दुसरं कुणीच नसल्यामुळे स्वत:शीच बडबडण्यापेक्षा हे नक्कीच बरं होतं. ग्रेटेलचाही कुठे पत्ता नव्हता आणि कंटाळून आपल्याला वेड लागेल अशी ब्रूनोला भीती वाटायला लागली होती.

"मास्टर ब्रूनो," त्याच्या पँटस् आणि आतले कपडे वेगळे-वेगळे करून वेगवेगळ्या कप्प्यांमध्ये ठेवता ठेवता मारिया म्हणाली.

"या नव्या व्यवस्थेमुळे माझ्याइतकीच तूही दु:खी असशील ना," ब्रूनो म्हणाला. तो कशाबद्दल बोलत आहे हे लक्षात न आल्यासारखा चेहरा करून ती त्याच्याकडे वळून बघू लागली. "हेच," उठून बसत आणि सभोवार बघत त्यानं खुलासा केला. "हे सगळंच भयंकर आहे ना? तुला पण नाही आवडलं ना?"

मारियानं काहीतरी बोलण्यासाठी तोंड उघडलं आणि लगेच बंदही केलं. आपल्या उत्तराचा ती नीट विचार करत होती, शब्द काळजीपूर्वक निवडून ते उच्चारण्याची तिनं तयारी केली आणि नंतर पुन्हा विचार करून काहीही न बोलण्याचं ठरवलं. ब्रूनो तिला लहानपणापासून ओळखत होता. तो तीन वर्षांचा असल्यापासून ती त्यांच्याकडे कामाला होती आणि तिच्याशी त्याचं चांगलं जमत असे, पण यापूर्वी कधीही तिनं ती माणूस असल्याची खास लक्षणं दिसू दिली नव्हती. ती निमूटपणे आपलं काम करत राही. फर्निचर पुसणे, कपडे धुणे, बाजारहाट आणि स्वयंपाक करायला मदत करणे, काही वेळा त्याला शाळेत नेणे-आणणे. तो आठ वर्षांचा असताना तिच्याबरोबर जाई पण जेव्हा तो नऊ वर्षांचा झाला तेव्हा त्यानं ठरवलं की एकटे शाळेत जाण्या-येण्याएवढे आपण मोठे झालो आहोत.

"तुला इथे फारसं आवडलं नाही तर?" तिनं शेवटी विचारलं.

"आवडलं?" किंचित हसत ब्रूनो म्हणाला. "आवडलं?" तो जरा मोठ्यानं म्हणाला. "अर्थात मला अजिबात आवडलं नाही! किती भयंकर आहे इथे. काही करायला नाही, कुणी बोलायला नाही, कुणी खेळायला नाही. तुला इथे येऊन आनंद झाला असं तर तू मला सांगणार नाही ना?"

"मला बर्लिनच्या घराची बाग नेहमीच आवडत होती," मारिया भलतंच उत्तर देत म्हणाली. "कधी दुपारी उबदार हवा असली तर मला तळ्याकाठच्या हिरव्यागार झाडाखाली बसून दुपारचं जेवत बसायला फार आवडायचं. तिथली फुलं खूप सुंदर होती आणि त्यांचा वासही. किती मधमाशा फुलांभोवती गुणगुणत असायच्या आणि त्यांना काही केलं नाही तर त्याही त्रास द्यायच्या नाहीत."

"अच्छा, म्हणजे तुला इथे आवडत नाही. माझ्याइतकंच तुला इथे भयंकर वाटतं?" ब्रूनोनं विचारलं.

मारियानं विचार केला. "ते महत्त्वाचं नाही." ती म्हणाली.

"काय नाही?"

"मला काय वाटतं ते."

"का बरं, अर्थातच ते महत्त्वाचं आहे," ब्रूनो वैतागून म्हणाला. ती सरळसरळ नीट उत्तरं देत नाही असं त्याला वाटलं. "तू आमच्या कुटुंबाचा एक भाग आहेस. हो ना?"

"तुझे बाबा यावर काय म्हणतील हे मला माहीत नाही," हे बोलताना मारियाच्या चेहऱ्यावर हसू उमटलं कारण ब्रूनो जे बोलला ते तिच्या काळजाला भिडलं.

"तुला तुझ्या इच्छेविरुद्ध इथे आणण्यात आलं, जसं मला आणण्यात आलं. मला विचारशील तर आपण एकाच बोटीतले प्रवासी आहोत आणि ती बोट गळकी आहे, लवकरच बुडणार आहे."

एक क्षण ब्रूनोला असं वाटलं की मारिया तिच्या मनातली गोष्ट सांगणार आहे. तिच्या हातातले कपडे तिनं पलंगावर ठेवले आणि तिच्या हातांच्या मुठी वळल्या गेल्या, जणू तिला कशाचा तरी खूप राग आला होता. तिचं तोंड उघडलं पण शब्द जसे गोठल्यासारखे झाले. तिनं बोलायला सुरुवात केली तर काय काय बाहेर पडेल याची तिला भीती वाटली.

"कृपा करून मला सांग मारिया. कारण आपल्या सगळ्यांचं जर एकमत असेल तर घरी परत जाण्यासाठी आपण बाबांचं मन वळवू शकू," ब्रूनो अजिजीनं म्हणाला.

काही क्षण तिनं ब्रूनोपासून बाजूला तोंड वळवलं आणि दु:खानं आपली मान हलवली. मग पुन्हा ती ब्रूनोकडे बघू लागली. "तुझ्या बाबांना जास्त चांगलं कळतं. तू त्यांच्यावर पूर्ण विश्वास ठेव," ती म्हणाली.

“पण मला त्यांचा पूर्ण भरवसा नाही वाटत,’ ब्रूनो म्हणाला. “त्यांनी खूप मोठी चूक केली आहे.”

“मग आपल्याला ह्या चुकीबरोबरंच रहावं लागेल.”

“मी जेव्हा चूक करतो तेव्हा मला शिक्षा मिळते,” ब्रूनो हट्टानं म्हणाला. मुलांना जे नियम नेहमी लागू होतात ते मोठ्यांना कधीच पाळावे लागत नाहीत, या गोष्टीची चीड त्याच्या मनात दाटून आली. (आणि ही मोठी माणसंच मारे नियम बनवत असतात.) “दीड शहाणे बाबा,” तो खालच्या आवाजात म्हणाला.

मारियाचे डोळे विस्फारले गेले आणि तिनं ब्रूनोच्या दिशेनं एक पाऊल पुढे टाकलं. भीतीनं तिनं दोन्ही हात तोंडावर ठेवले. तिनं अवतीभवती नजर टाकली. कुणी आपलं संभाषण ऐकत तर नाही ना आणि ब्रूनोचं शेवटचं वाक्य कुणाच्या कानावर तर पडलं नाही ना याचा कानोसा घेतला. “तू असं बोलायला नको होतं. तुझ्या बाबांबद्दल असं काही तू मुळीच बोलायला नकोस,” ती म्हणाली.

“का बरं नाही, मला समजत नाही,” ब्रूनो जरासा ओशाळला होता पण तरीही आपलंच घोडं दामटत म्हणाला. आपल्या बोलण्याबद्दल आता गप्प बसून उपदेश ऐकण्याची त्याची अजिबात तयारी नव्हती. त्याच्या मताची तिथे कुणाला पर्वा नव्हती त्यामुळे त्यालाही आपल्या बोलण्यामुळे होणाऱ्या परिणामांची फिकीर नव्हती.

“कारण तुझे बाबा खूप चांगले आहेत. खूपच चांगले. ते आपल्या सगळ्यांची काळजी घेतात,” मारिया म्हणाली.

“आपल्या सगळ्यांना या अशा उजाड, एकाकी ठिकाणी घेऊन येणं? हा काळजी घेण्याचा प्रकार आहे असं तुला वाटतं?”

“तुझ्या बाबांनी खूप काही केलं आहे,” ती म्हणाली. “तुला अभिमान वाटेल अशा गोष्टी. तुझे बाबा जर नसते तर मी आज कुठे असते कुणास ठाऊक?”

“मला वाटतं बर्लिनला असतीस,” ब्रूनो म्हणाला. “छानशा घरात काम करत असतीस. हिरव्यागार झाडाखाली बसून जेवत असतीस आणि मधमाशांना काही न करता नुसती बघत बसली असतीस.”

“मी तुमच्याकडे कामाला सुरुवात केली तेव्हाचं तुला काही आठवत नसेल, हो ना? पलंगाच्या कडेवर टेकत हळू आवाजात ती म्हणाली. असं

ती पूर्वी कधीच वागली नव्हती. "तुला कसं आठवणार? तू फक्त तीन वर्षांचा होतास. मला गरज असताना तुझ्या वडिलांनी मला आसरा दिला आणि काम दिलं. मदत केली, घर दिलं आणि अन्नही. भूक लागल्यावर कसं वाटतं याची तुला कल्पना नाही. तू कधीच उपाशी राहिला नसशील, हो ना?"

ब्रूनो विचारात पडला. आपल्याला आताच थोडीशी भूक लागली आहे हे सांगावं असं त्याला वाटलं. पण तिकडे दुर्लक्ष करून त्यानं मारियाकडे पाहिलं आणि प्रथमच त्याला असं जाणवलं की त्यानं मारियाचा एक स्वतंत्र माणूस म्हणून कधीच विचार केला नव्हता. तिलाही भूतकाळ आहे, एक वेगळं आयुष्य आहे हे त्याला कधी जाणवलंच नव्हतं. कारण त्याच्या माहितीप्रमाणे त्याच्या कुटुंबासाठी काम करण्यापलीकडे तिनं कधी काही केल नव्हतं. मोलकरणीच्या गणवेशाव्यतिरिक्त दुसऱ्या कपड्यांमध्ये त्यानं तिला कधी पाहिल्याचं आठवत नव्हतं. पण तो जेव्हा आता या गोष्टीचा विचार करायला लागला तेव्हा त्याला हे मान्य करावं लागलं की त्याची आणि त्याच्या कुटुंबाची सेवा करण्याशिवाय तिच्या आयुष्यात बरंच काही होतं. तिच्या डोक्यात विचार येत असतील, अगदी त्याच्यासारखे. काही गोष्टींची तिला आठवण येत असेल, तिच्या मित्र-मैत्रिणींना तिला भेटायची इच्छा असेल, अगदी त्याच्याचसारखी. आणि इथे आल्यापासून रोज रात्री ती रडत झोपी जात असेल, पण त्याच्यासारखी नाही तर त्याच्यापेक्षा लहान आणि कमी शूर/हिंमत असलेल्या मुलांसारखी. ती दिसायलाही देखणी होती. हा विचार मनात आल्यावर त्याला मजा वाटली.

"तुझे बाबा जेव्हा तुझ्या वयाचे होते, तेव्हा माझी आई त्यांना ओळखत होती," थोडं थांबून मारिया म्हणाली. "ती तुझ्या आजीसाठी काम करायची. तुझी आजी तरुण असताना जर्मनीचा दौरा करायची तेव्हा ती तिच्या कपड्यांची व्यवस्था बघायची. आजीचे कार्यक्रम असायचे तेव्हा जे कपडे घालायचे असायचे ते धुणं, इस्त्री करणं, काही दुरुस्त्या करणं हे काम माझ्या आईकडे असायचं. खूप सुंदर गाऊन्स असायचे. आणि ब्रूनो, अप्रतिमपणे शिवलेले! प्रत्येक गाऊन म्हणजे एक कलाकृतीच होती. आता असे कपडे शिवणारे लोक सापडणं कठीण आहे," ती आठवणीत दंग होत थोडंसं हसून म्हणाली. ब्रूनो तिचं बोलणं लक्षपूर्वक ऐकत होता. "कार्यक्रमाच्या आधी जेव्हा तुझी आजी कपडे बदलायला खोलीत जायची

तेव्हा आई सगळी जय्यत तयारी करून ठेवायची. जेव्हा आजीनं कार्यक्रम करणं थांबवलं तेव्हाही ती आईशी मित्रत्वानं वागायची आणि छोटं पेन्शनही द्यायची. पण तरी दिवस कठीण होते आणि म्हणून तुझ्या बाबांनी मला कामाबद्दल विचारलं, माझं पहिलं-वहिलं काम. काही महिन्यांनी माझी आई खूप आजारी पडली आणि तिला हॉस्पिटलमध्ये ठेवावं लागलं. तुझ्या बाबांनीच सगळी व्यवस्था केली. खरं म्हणजे असं करणं त्यांना बंधनकारक नव्हतं. माझी आई त्यांच्या आईची मैत्रिण होती म्हणून केवळ त्यांनी सगळा खर्च केला. याच कारणासाठी त्यांनी मला घरात काम दिलं. माझी आई देवाघरी गेली तेव्हाही अंत्य-संस्काराचा खर्च त्यांनीच केला. म्हणून ब्रूनो, तू बाबांना 'दीड शहाणे' म्हणणं अत्यंत चुकीचं आहे. माझ्या समोर तर नाहीच नाही. मी ते मुळीच खपवून घेणार नाही."

ब्रूनोनं आपला ओठ चावला. 'आऊट-विथ'मधून बाहेर पडण्याच्या मोहिमेत मारिया आपल्याला साथ देईल अशी त्याला आशा होती पण तिचं कर्तव्य काय होतं हे आता त्याच्या लक्षात आलं. तिची कहाणी ऐकल्यावर त्याला बाबांचा अभिमान वाटायला लागला होता हे त्यानं मनोमन मान्य करून टाकलं.

"अच्छा," आता काय चटपटीत उत्तर द्यावं हे त्याला सुचेना. "मला वाटतं त्यांचं मन खूप मोठं आहे."

"हो," खिडकीकडे जात मारिया म्हणाली. ज्या खिडकीतून ब्रूनोनं त्या सगळ्या झोपड्या आणि माणसं पाहिली होती त्या खिडकीकडे जात "ते माझ्याशी तेव्हा खूप प्रेमळपणे वागायचे," दूरवर दिसणाऱ्या लोकांकडे आणि गस्त घालणाऱ्या सैनिकांकडे बघत ती हळूवारपणे म्हणाली. " फार दयाळू आहेत तुझे बाबा. खरंच! त्यामुळेच मला आश्चर्य वाटतं की...." त्या लोकांकडे पाहता-पाहता तिचं वाक्य अर्धवट राहिलं आणि तिचा आवाज एकदम चिरकला. ब्रूनोला वाटलं की तिला बहुधा रडू फुटेल.

"कशाचं आश्चर्य?"ब्रूनोनं विचारलं.

"आश्चर्य असं की त्यांनी काय....म्हणजे ते असं कसं...."

"त्यांनी कसं आणि काय?" ब्रूनोनं पुन्हा विचारलं.

अचानक खालून दार धाडकन लावल्याचा आवाज आला. जणू बंदुकीचा आवाज घुमावा तसा तो सगळ्या घरात इतक्या जोरात घुमला की ब्रूनोनं टुणकन उडी मारली आणि मारियाच्या तोंडून एक अस्फुट किंकाळी बाहेर

पडली. ब्रूनोनं जिन्यावर दाणदाण पायांचे आवाज ऐकले, ते त्यांच्याच दिशेकडे येत होते. ते आवाज जसजसे जवळ येऊ लागले तसा ब्रूनो पलंगावर मागे मागे सरकत गेला. जवळ-जवळ भिंतीला टेकला. आता पुढे काय होणार याची घाबरून वाट बघू लागला. त्यानं आपला श्वास रोखून धरला आणि येणाऱ्या संकटाची चाहूल घेऊ लागला, पण ती ग्रेटेल होती- अशक्य ढ मुलगी. तिनं दारातून डोकावून पाहिलं आणि आपला भाऊ घरातल्या मोलकरणीबरोबर बोलण्यात गढलेला पाहून तिला आश्चर्य वाटल्यासारखं दिसलं.

"इथे काय चाललं आहे?" ग्रेटेलनं विचारलं.

"काही नाही," ब्रूनोनं बचावात्मक पवित्रा घेतला. "तुला काय पाहिजे? इथून निघून जा."

"तूच निघून जा," ब्रूनोची खोली असूनही ती म्हणाली आणि संशयानं डोळे बारीक करून मारियाकडे पाहू लागली.

"माझ्यासाठी अंघोळीचं पाणी काढ, काय, समजलं का?" तिनं विचारलं.

"तुला तुझं पाणी काढता येत नाही का?" ब्रूनोनं फटकारलं.

"ती मोलकरीण आहे आणि ती अशाच कामांसाठी आहे," त्याच्याकडे रोखून बघत ग्रेटेल म्हणाली.

"ती अशा कामांसाठी नाहीये,"

तिच्या अंगावर ओरडत ब्रूनो म्हणाला आणि चवताळून तिच्याकडे धावला. "सदा सर्वकाळ आपली कामं करण्यासाठी ती इथे राहत नाही, कळलं का? जी कामं आपली आपण करू शकतो, त्यासाठी तर मुळीच नाही."

बहुतेक त्याचं डोकं फिरलं असावं अशा नजरेनं ग्रेटेलनं त्याच्याकडे पाहिलं आणि मग मारियाकडे नजर वळवली तेव्हा तिनं घाबरून मान हलवली.

"अर्थात, मिस ग्रेटेल, तुझ्या भावाचे कपडे नीट ठेवून झाल्यावर मी लगेच तुझ्याकडे येते," मारिया म्हणाली.

"ठीक आहे पण उशीर करू नकोस," ग्रेटेल कठोरपणे म्हणाली. कारण मारिया ही एक माणूस आहे आणि तिलाही इतरांसारख्या भावना आहेत असा ब्रूनोप्रमाणे ती कधीच विचार करत नसे. ती तरातरा आपल्या खोलीत गेली आणि तिनं दार लावून घेतलं. मारियानं तिच्याकडे पाहिलं नाही पण तिचे गाल लाल झाले होते.

"मला अजूनही असं वाटतं की त्यांनी खूप मोठी चूक केली आहे," काही वेळ शांततेत गेल्यावर ब्रूनो म्हणाला. खरं म्हणजे आपल्या बहिणीच्या उद्धट वागणुकीबद्दल त्याला मारियाची माफी मागण्याची इच्छा होत होती; पण असं करणं बरोबर आहे का हे त्याला ठरवता येत नव्हतं. अशी परिस्थिती निर्माण झाली की तो खूप अस्वस्थ होत असे कारण त्याला आत कुठेतरी असं वाटत असे की जरी ही नोकर माणसं असली आणि आपली कामं करण्यासाठी नेमलेली असली तरी त्यांच्याशी असभ्यपणे वागण्याचं कुणाला काही कारण नव्हतं. शेवटी चालीरिती नावाची काही चीज होतीच.

"तुला जरी तसं वाटत असलं, तरी तू ते मोठ्यानं बोलता कामा नये," त्याच्याकडे येत मारिया म्हणाली. त्याच्या डोक्यात थोडीतरी अक्कल भरण्याची तिची इच्छा होती. "मला वचन दे की तू असं करणार नाहीस."

"पण का? मला जे वाटतं ते मी बोललो. ते करण्याची मोकळीक मला आहे, हो ना?"आठ्या घालत तो म्हणाला.

"नाही. ती तुला नाही." ती म्हणाली.

"मला जे वाटतं ते बोलायची मोकळीक मला नाही?"

त्यानं अविश्वासानं पुन्हा विचारलं.

"नाही," शब्दावर जोर देत ती त्याची समजूत घालत म्हणाली. "याबाबतीत तू अगदी गप्प रहा ब्रूनो. असं बोलून तू मोठं संकट उभं करशील हे तुला कळतंय का? आपल्या सगळ्यांसाठी?"

ब्रूनो तिच्याकडे पाहत राहिला. तिचे डोळे काळजीनं ग्रासले होते. तिला अशी ब्रूनोनं कधीच बघितली नव्हती, त्यामुळे तो जरासा हादरला. "बरं," तो पुटपुटला आणि दाराकडे निघाला. तिच्यापासून दूर जावं अशी तीव्र इच्छा त्याला झाली. "मला इतकंच म्हणायचं होतं की मला इथे मुळीच आवडत नाही. तू कपडे ठेवत होतीस तेव्हा काहीतरी बोलायचं म्हणून मी बोलत होतो. मी काही कुठे पळून जायची योजना आखत होतो किंवा कुणाविरुद्ध कट रचत होतो असं काही नाही. आणि जरी मी असं काही केलं तरी मला कुणी नावं ठेवणार नाही."

"आणि तुझे आई-बाबा काळजीनं अर्धमेले होतील त्याचं काय?" मारियानं विचारलं. "ब्रूनो, तू जर शहाणा असशील तर तू शांतपणे इथे राहशील, तुझा अभ्यास नीट करशील आणि तुझे बाबा जे सांगतील तसं ऐकशील. हे सगळं संपेपर्यंत आपण सगळ्यांनी सुरक्षितपणे राहिलं पाहिजे.

मी तरी असंच करणार आहे. यापेक्षा आपण काय वेगळं करू शकतो? परिस्थिती बदलण्याची शक्ती आपल्यामध्ये नाही.''

अचानकपणे, कुठलंही कारण नसताना ब्रूनोला प्रकर्षानं रडावंसं वाटलं. त्याला स्वत:लाही या गोष्टीचं आश्चर्य वाटलं आणि मारियाला ते कळू नये म्हणून त्यानं डोळ्यांची पटापट उघडझाप केली. पण जेव्हा त्याचं तिच्याकडे लक्ष गेलं तेव्हा त्याला वाटलं की त्या दिवशीच्या वातावरणातच काहीतरी वेगळेपणा होता कारण तिच्याही डोळ्यात अश्रू तरळल्याचा त्याला भास झाला. त्याला एकदम अवघडल्यासारखं वाटायला लागलं, म्हणून त्यानं मारियाकडे पाठ फिरवली आणि दाराकडे चालू लागला.

''तू कुठे चाललास?'' तिनं विचारलं.

''बाहेर,'' ब्रूनो रागानं म्हणाला. ''आणि या गोष्टीशी तुझं काही घेणं देणं नाही.''

आधी तो हळू चालत खोलीबाहेर पडला. मग वेग वाढवत जिन्याजवळ आला आणि प्रचंड वेगानं पायऱ्या उतरून खाली आला. आपण जर लगेच घराबाहेर पडलो नाही तर आपल्याला भोवळ येईल असं त्याला वाटलं. काही क्षणात तो घराबाहेर पडला आणि घरासमोरच्या रस्त्यावर इकडून तिकडे धावायला त्यानं सुरुवात केली. त्याला सतत असं काहीतरी करायचं होतं ज्यामुळे तो दमून जाईल. दूरवर त्याला बाहेरच्या रस्त्यावर उघडणारं घराचं फाटक दिसलं. तो रस्ता रेल्वे स्टेशनकडे जात होता आणि ती रेल्वे त्याला परत घरी नेणारी होती. पण इथे राहण्याच्या कल्पनेपेक्षाही तिकडे पळून जाण्याची कल्पना, तेही कुणीही बरोबर नसताना एकटं राहण्याची कल्पना भयंकर होती.

श्रेय कोणाचं?

'आऊट-विथ' ला येऊन ब्रूनोला बरेच आठवडे झाले होते आणि कार्ल, डॅनिएल आणि मार्टिनची भेट होण्याची काही चिन्हं दिसत नव्हती. आपलं मन कशात तरी गुंतवलं पाहिजे याची ब्रूनोला प्रकर्षानं गरज भासू लागली; अन्यथा हळूहळू आपल्याला वेड लागेल याची त्याला खात्री वाटायला लागली.

ब्रूनोला आतापर्यंत एकच वेडा माणूस माहीत होता आणि तो म्हणजे हर रोलर. बाबांच्याच वयाचा असणारा हा माणूस बर्लिनच्या घराजवळ कोपऱ्यावरच्या घरात रहायचा. रात्री आणि दिवसाच्या कोणत्याही प्रहरी तो रस्त्यावरून भटकताना दिसायचा आणि स्वत:शीच मोठमोठ्यानं बडबडत असायचा. कधीकधी स्वत:शीच वाद घालताना तो हाताबाहेर गेला की भिंतीवर पडलेल्या त्याच्या सावलीवर तो बुक्के मारायला सुरुवात करायचा. काही वेळा तो इतक्या जोरात बुक्के मारायचा की हातातून रक्त यायला लागायचं; मग तो गुडघ्यावर बसून मोठ्यानं रडायला लागायचा आणि हातानं डोक्यावर थपडा मारायला लागायचा. काही वेळा ब्रूनो त्याच्या तोंडून असे शब्द ऐकायचा जे ऐकण्याची ब्रूनोला बंदी होती. आणि जेव्हा असं घडायचं, तेव्हा मोठ्या प्रयासानं ब्रूनोला आपलं हसू दाबावं लागायचं.

एक दिवस ब्रूनो त्यानं नुकत्याच पाहिलेल्या तमाशाचं वर्णन आईला सांगत असता आई म्हणाली, "बिचाऱ्या हर रोलरला हसत जाऊ नकोस. त्यानं आयुष्यात काय काय भोगलं आहे याची तुला कल्पना नाही."

"तो वेडा आहे," आपल्या कानशिलावर बोटानं गोल गोल खूण करून आणि शिटी वाजवून, तो किती वेडा आहे हे दाखवत ब्रूनो म्हणाला. "त्या दिवशी तो रस्त्यात बसलेल्या एका मांजराकडे गेला आणि तिला दुपारच्या चहासाठी बोलावलं."

"मग मांजर काय म्हणालं?" स्वयंपाकघरात एका कोपऱ्यात सॅण्डविच बनवत असलेल्या ग्रेटेलनं विचारलं.

"काही नाही. ते एक मांजर होतं," ब्रूनोनं खुलासा केला.

"मी काय सांगते ते ऐक," आई ठासून म्हणाली.

"फ्रान्झ खूप चांगला तरुण होता - मी लहान असल्यापासून त्याला ओळखत होते. तो प्रेमळ आणि विचारी होता. आणि अगदी फ्रेड एस्टेअर सारखा सुंदर नाच करू शकायचा. पण 'ग्रेटवॉर' च्या वेळी त्याच्या डोक्याला जबर दुखापत झाली आणि म्हणून तो आता असा वागू लागला. त्यात हसण्यासारखं काही नाही. त्यावेळी तरुणांना काय काय सहन करावं लागलं याची तुम्हाला काही कल्पना नाही. किती त्रास."

ब्रूनो फक्त सहा वर्षांचा होता आणि आई कशाबद्दल बोलत होती हे त्याला नीटसं कळलं नाही. "ही खूप वर्षांपूर्वीची गोष्ट आहे," ब्रूनोनं तिला त्याबद्दल विचारल्यावर ती म्हणाली. "तुझ्या जन्माच्याही आधीची. खंदकात उतरून आपल्या देशासाठी लढणाऱ्या तरुणांपैकी तो एक होता. तुझे बाबा त्यावेळी त्याला चांगलं ओळखत होते; मला वाटतं की ते सैन्यात एकत्रच होते."

"आणि मग काय झालं?" ब्रूनोनं विचारलं.

"काही विशेष नाही," आई म्हणाली. "युद्ध हा काही गप्पा मारण्यासारखा विषय नाही. पण आपल्याला याच विषयावर पुढे काही दिवस भरपूर बोलावं लागणार आहे अशी मला भीती वाटते."

'आऊट-विथ'ला येण्याआधी तीन वर्षांपूर्वी घडलेली ती गोष्ट होती आणि मध्यंतरी हर रोलरविषयी विचार करायला ब्रूनोला फारशी उसंत मिळाली नव्हती. पण आता अचानक त्याला असं वाटू लागलं की जर आपण आपलं मन, बुद्धी यांचा कुठेतरी वापर केला नाही; तर काही कळायच्या आत आपणही रस्त्यावर भटकायला लागू आणि स्वत:शीच मोठमोठ्यानं वाद घालायला लागू आणि पाळीव प्राण्यांना दुपारच्या चहापानासाठी बोलवायला लागू.

स्वत:चं मन गुंतवण्याकरता ब्रूनोनं शनिवार सकाळचा आणि दुपारचा सगळा वेळ काहीतरी वेगळं करण्यात घालवला. घरापासून काही अंतरावर ग्रेटेलच्या खोलीच्या बाजूला, जी बाजू त्याच्या खिडकीतून दिसणं शक्य नव्हतं, एक मोठं ओकचं झाड होतं. त्याचं खोड प्रचंड होतं. ते खूप उंच होतं आणि त्याच्या फांद्या मजबूत होत्या; इतक्या की एका लहान मुलाचं वजन त्या सहज पेलू शकल्या असत्या. ते झाड इतकं जुनं होतं की ब्रूनोला वाटलं ते नक्कीच मध्ययुगात केव्हातरी लावलं गेलं असणार. तो सध्या अभ्यासात मध्ययुगाबद्दल शिकत होता आणि तो काळ त्याला फारच आवडला होता. विशेषत: परक्या देशांमध्ये जाऊन धाडसी मोहिमा आखून तिथे नवीन नवीन गोष्टी शोधून काढणाऱ्या सरदारांबद्दल त्याला खूप कुतूहल होतं.

नवीन खेळ तयार करण्यासाठी ब्रूनोला दोन गोष्टींची गरज होती - दोर आणि एखादं टायर. दोर सापडणं अवघड गेलं नाही कारण तळघरात दोराची भेंडोळी पडली होती. आणखी एक अत्यंत धोकादायक गोष्ट करायलाही त्याला वेळ लागला नाही - ती म्हणजे एक धारदार चाकू शोधून त्या दोराचे योग्य तेवढे तुकडे कापणे. ते घेऊन तो ओकच्या झाडाजवळ गेला आणि नंतरच्या वापरासाठी त्यानं ते झाडाखाली ठेवले. आता टायर मिळवणं ही गोष्ट राहिली होती.

त्या विशिष्ट सकाळी आई किंवा बाबा दोघंही घरात नव्हते. आई सकाळीच घाईनं घराबाहेर पडून हवाबदलासाठी ट्रेन पकडून शेजारच्या शहरात गेली होती. बाबांना त्यानं शेवटचं पाहिलं तेव्हा ते ब्रूनोच्या खिडकीबाहेर दिसणाऱ्या झोपड्यांच्या आणि माणसांच्या दिशेनं निघाले होते. पण नेहमीप्रमाणे सैनिकांच्या खूप ट्रक्स आणि जीप्स घराजवळ उभ्या होत्या आणि त्यापैकी कुणाचंही टायर चोरणं ही अशक्य गोष्ट होती. तरीही कुठेतरी आसपास जास्तीचं एखादं टायर मिळण्याची शक्यता होती.

ब्रूनो बाहेर पडला तेव्हा त्याला ग्रेटेल ले. कोटलरबरोबर बोलताना दिसली आणि फारसा उत्साह नसला तरी त्यालाच टायरबद्दल विचारणं शहाणपणाचं ठरेल असा ब्रूनोनं अंदाज बांधला. 'आऊट-विथ' ला आल्यानंतर पहिल्याच दिवशी त्यानं ले. कोटलरला पाहिलं होतं. वरच्या मजल्यावर दाराचा करकर आवाज झाल्यावर त्याला कोटलर खोलीतून बाहेर पडताना दिसला होता. त्यानं ब्रूनोकडे क्षणभर पाहून मान तुकवली होती आणि

जिना उतरून गेला होता. त्यानंतर ब्रूनोनं त्याला बऱ्याच वेळा पाहिलं होतं. तो नेहमीच अशा पद्धतीनं घरात ये-जा करत असे जणू काही तो घराचा मालक होता आणि बाबांच्या ऑफीसमध्ये त्याला प्रवेश निषिद्ध नव्हता. पण ती दोघं आजपर्यंत फारसं बोलली नव्हती. नक्की कारण सांगता आलं नसतं; पण ब्रूनोला कोटलर आवडत नव्हता हे नक्की. ले. कोटलर भोवती असं एक वलय होतं की त्यामुळे ब्रूनोला हुडहुडी भरायची आणि गरम कपडे अंगावर चढवायची इच्छा व्हायची पण आता तिथे दुसरं कुणी विचारण्यासारखं नव्हतं; त्यामुळे जितका धीर गोळा करणं शक्य होतं तितका करून त्याला हॅलो म्हणायला ब्रूनो त्याच्याकडे निघाला.

बहुतेक वेळा तो तरुण लेफ्टनंट अतिशय रुबाबदार दिसायचा. त्याचा गणवेश तर इतका कडक असायचा की तो अंगावर असतानाच त्यावर इस्त्री फिरवली जात असेल की काय अशी शंका यावी. त्याचे काळे बूट पॉलिशमुळे चकाकत असायचे आणि केसांचा एका बाजूला भांग पाडून ते इतके व्यवस्थित विंचरलेले असायचे की कंगव्याचा दात न दात स्पष्ट दिसायचा; जणू काही नुकतंच नांगरलेलं शेत. त्यानं अंगाला इतकं कलोन चोपडलेलं असायचं की दुरूनच त्याचा वास यायचा. वाऱ्याच्या दिशेनं त्याच्याजवळ उभं न राहण्याची ब्रूनो नेहमीच दक्षता घ्यायचा नाहीतर त्या वासानं गरगरायला लागेल अशी त्याला भीती वाटायची.

पण त्या विशिष्ट सकाळी - बहुधा ती शनिवारची सकाळ म्हणून असेल किंवा खूप ऊन होतं म्हणून असेल - तो इतका नीटनेटका नव्हता. त्यानं साध्या पँटवर पांढरा शर्ट घातलेला होता आणि त्याचे केस कपाळावर विखुरलेले होते. त्याचे हात उन्हानं रापलेले होते आणि स्नायू कमावलेले होते. ब्रूनोला आपलेही स्नायू असेच कमावलेले आणि प्रमाणबद्ध असावेत अशी इच्छा होती. तो आज इतका तरुण दिसत होता की ब्रूनोला आश्चर्य वाटलं. त्याला बघून ब्रूनोला शाळेतल्या मोठ्या मुलांची आठवण झाली. या मुलांपासून चार हात लांब राहिलेलंच बरं असायचं. ले. कोटलर ग्रेटेलशी गप्पा मारण्यात गढून गेला होता. तो नक्कीच काहीतरी मजेदार बोलत असावा कारण ग्रेटेल मोठमोठ्यानं हसत होती आणि केसांच्या बटा बोटावर गुंडाळत होती.

"हॅलो," ब्रूनो त्यांच्याजवळ जात म्हणाला. ग्रेटेलनं चिडून त्याच्याकडे बघितलं.

"आता तुला काय पाहिजे?" तिनं विचारलं.

"मला काहीही नको," तिच्याकडे रोखून पाहत आणि शब्दांवर जोर देत ब्रूनो म्हणाला, "मी फक्त हॅलो म्हणायला आलो."

"माझ्या भावाला माफ करा कर्ट, तो फक्त नऊ वर्षांचा आहे." ग्रेटेल ले. कोटलरला म्हणाली.

"गुड मॉर्निंग, छोट्या दोस्ता," कोटलरनं हात पुढे केला आणि आश्चर्यकारक गोष्ट म्हणजे ब्रूनोच्या केसांमध्ये फिरवला. त्याची ही कृती ब्रूनोला मुळीच आवडली नाही. धक्का देऊन त्याला खाली पाडावं आणि त्याच्या डोक्यावर थयथय नाचावं अशी तीव्र इच्छा ब्रूनोला झाली. "शनिवारची सकाळ असूनही तू इतक्या लवकर कसा काय उठलास?"

"हे काही लवकर उठणं नाही, जवळ जवळ दहा वाजायला आलेत," ब्रूनो म्हणाला.

ले. कोटलरनं आपले खांदे उडवले. "मी जेव्हा लहान होतो तेव्हा माझी आई मला जेवायची वेळ होईपर्यंत उठवू शकायची नाही. ती म्हणायची की मी जर आयुष्यभर झोपून राहिलो तर मोठा आणि ताकदवान होऊच शकणार नाही."

"मग, तिचं म्हणणं चुकीचं ठरलं, नाही का?" ग्रेटेल मध्येच चिवचिवली. ब्रूनोनं नापसंतीनं तिच्याकडे बघितलं. ती असा काही हेल काढून बोलली की कुणाला वाटेल हिच्या डोक्यात अक्कल कमी आहे. ब्रूनोला प्रकर्षानं असं वाटलं की ताबडतोब या दोघांपासून लांब निघून जावं आणि त्यांच्या संभाषणात मुळीच भाग घेऊ नये, पण त्याला त्याचं काम महत्त्वाचं होतं. त्यामुळे त्याचा नाईलाज झाला आणि ले. कोटलरशी त्याला अनिच्छेनं एक गोष्ट बोलावी लागली. जी गोष्ट त्यानं एरवी कधीच केली नसती. मदत मागणं.

"मी असा विचार करत होतो की तुमची मदत मागावी," ब्रूनो म्हणाला.

"तू विचारू शकतोस," ले. कोटलर असं म्हटल्यावर ग्रेटेल पुन्हा एकदा हसली. तसं पहायला गेलं तर यात हसण्यासारखं काहीही नव्हतं.

"मी बघत होतो की एखादं जास्तीचं टायर कुठे मिळतय का. एखाद्या जीपचं किंवा ट्रकचं. जे तुम्हाला सध्या वापरायचं नाही असं."

ब्रूनोनं बोलणं पुढे चालू ठेवलं.

"एकच जास्तीचं टायर मला माहीत आहे आणि ते सार्जंट हॉफश्नेडरकडे

आहे. तो ते आपल्या कमरेभोवती घालून मिरवतो,'' आपल्या ओठांची हसण्यासदृश हालचाल करत तो म्हणाला. त्याच्या वाक्याचा ब्रूनोला काहीच अर्थबोध झाला नाही, पण ग्रेटेलची मात्र ते ऐकून इतकी करमणूक झाली की ती जागच्या जागी नाचायलाच लागली.

"अच्छा, मग तो ते वापरतो का?'' ब्रूनोनं विचारलं.

"सार्जंट हॉफश्नेडर? हो, मला वाटतं की तो ते सतत आपल्या बरोबर बाळगून असतो.'' ले. कोटलर म्हणाला.

"आता बस करा, कर्ट,'' ग्रेटेल आपले डोळे कोरडे करत म्हणाली. "तुम्ही काय म्हणता ते त्याला समजत नाही. तो फक्त नऊ वर्षांचा आहे.''

"अगं बाई, तू जरा गप्प बसतेस का,'' आपल्या बहिणीकडे रागानं बघत ब्रूनो ओरडला. आधीच तर ले. कोटलरची एखाद्या गोष्टीसाठी मदत मागणं त्याला जड जात होतं आणि त्याची स्वत:ची बहीण त्याला चिडवून त्यात भर टाकत होती. "तू सुद्धा फक्त बारा वर्षांची आहेस. म्हणून आपल्या वयापेक्षा मोठं असण्याचं नाटक करू नकोस,'' तो म्हणाला.

"मी जवळजवळ तेरा वर्षांची आहे, कर्ट,'' ती ताबडतोब म्हणाली. तिचं हसणं आता थांबलं होतं आणि चेहरा भीतीनं काळवंडला होता. "काही आठवड्यातच मी तेराची होईन. एक टीनएजर तुमच्याचसारखी.''

ले. कोटलरनं नुसतीच मान डोलवली आणि तो हसला; पण बोलला काही नाही. ब्रूनो त्याच्याकडे एकटक बघत राहिला. तिथे कोटलर ऐवजी जर दुसरा एखादा मोठा माणूस असता तर त्याने नेत्रपल्लवी केली असती अन् सुचवले असते की 'आपल्या दोघांनाही माहीत आहे मुली मूर्ख असतात आणि विशेषत: बहिणी तर अगदीच हास्यास्पद.'

"असू दे,'' ग्रेटेलच्या रागाच्या कटाक्षांकडे दुर्लक्ष करत ब्रूनो म्हणाला, "त्या मगाच्या टायरचं सोडून द्या. अजून दुसरीकडे कुठे मला जास्तीचं टायर मिळेल का?''

"हो, मिळेल ना,'' ले. कोटलर म्हणाला. त्याचं हसणं आता अचानक थांबलं होतं आणि त्याला या सगळ्याचा बहुधा कंटाळा आला होता. "पण तुला ते कशाला पाहिजे आहे?''

"माझ्या डोक्यात त्याचा झोका करायचा विचार चालला आहे,'' ब्रूनो म्हणाला. "झाडाच्या फांद्यांवर दोर आणि टायरचा झोका.''

"असं, असं,'' ले. कोटलर आपलं डोकं हलवत म्हणाला. जणू काही

या गोष्टी फार वर्षांपूर्वीच्या केवळ आठवणी म्हणून उरल्या असाव्या आणि तरीही ग्रेटेलनं केलेल्या उल्लेखानुसार तो फक्त एक टीनएजर होता. "मीही लहान असताना असे खूप झोके बांधत असे. अशा अनेक दुपारी मी आणि माझे मित्र झोके घेण्यात घालवत असू."

ले. कोटलर आणि आपल्यात एका तरी गोष्टीत साम्य आढळल्याचं पाहून ब्रूनोला आश्चर्याचा धक्का बसला. (अर्थात ले. कोटलरला मित्र होते हे ऐकून त्याला त्याहीपेक्षा मोठा धक्का बसला.)

"मग तुम्हाला काय वाटतं? आजूबाजूला कुठे सापडतील?" त्यानं विचारलं.

ले. कोटलर त्याच्याकडे पाहत होता आणि विचारात पडला होता. जणू काही याला सरळ उत्तर द्यावं की नेहमीप्रमाणे चिडवावं याचा विचार करत असावा. तेवढ्यात त्याला पावेल येताना दिसला - रोज दुपारी भाज्या चिरायला, जेवणाची तयारी करायला येणारा आणि जेवायच्या वेळी पांढरं जॅकेट घालून टेबलशी वाढायला उभा राहणारा तो घराकडेच येत होता. त्याला पाहून ले. कोटलरच्या मनात एक कल्पना आली.

"ए ऽऽ, तू!" तो ओरडला. पुढे त्यानं एक शब्द उच्चारला जो ब्रूनोला कळला नाही. "जरा इकडे ये, तू..."त्यानं पुन्हा तो शब्द उच्चारला; पण तो ज्या उद्धटपणे उच्चारला गेला ते ऐकून ब्रूनोला तिथं त्यावेळी आपण उपस्थित आहोत याची लाज वाटली.

पावेल जवळ आला. तेव्हा कोटलर त्याच्याशी अगदी अपमानास्पद रीतीनं बोलला. खरं म्हणजे तो पावेलचा नातू शोभेल अशा वयाचा होता. "या छोट्याला घरामागे असलेल्या साठवणीच्या खोलीत घेऊन जा. भिंतीशी काही जुने टायर्स उभे केलेले आहेत. तो त्यातून एक निवडेल आणि ते तो म्हणेल तेथे घेऊन जा. कळलं का मी काय सांगतोय ते?"

पावेलनं आपली टोपी काढून हातात धरली आणि मान तुकवली. नेहमी असायचं त्याहीपेक्षा त्याचं डोकं पुढे झुकलं होतं. "हो साहेब," तो शांतपणे म्हणाला. तो इतका हळू बोलला की तो खरंच काही बोलला होता का अशी शंका यावी.

"आणि नंतर, जेव्हा तू स्वयंपाकघरात जाशील तेव्हा भाज्यांना हात लावण्याआधी स्वच्छ धुवून ये. तू घाणेरडा ...." याआधी दोनदा वापरलेला शब्द ले. कोटलरनं पुन्हा वापरला आणि बोलताना थोडा थुंकलाही. ब्रूनोनं

हळूच ग्रेटेलकडे पाहिलं. इतका वेळ ले. कोटलरच्या केसांवर चमकणाऱ्या सोनेरी उन्हाकडे एकटक बघणारी ग्रेटेलही तिच्या भावासारखीच अस्वस्थ झाली होती. त्या दोघांपैकी पूर्वी कधीच पावेलशी कुणी बोललं नव्हतं. तो त्याचं काम नेहमी उत्कृष्टपणे करायचा आणि चांगले वेटर्स काही झाडांवर उगवत नाहीत असे त्यांच्या बाबांचे म्हणणे होते.

"तर मग जा आता," ले. कोटलर म्हणाला. पावेल मागे वळून घरामागच्या साठवणीच्या खोलीकडे निघाला. त्याच्या मागोमाग ब्रूनोही निघाला, पण तो सारखा मागे वळून आपल्या बहिणीकडे आणि त्या तरुण सैनिकाकडे बघत होता. असंच जावं आणि ग्रेटेलला तिथून ओढून आणावं अशी तीव्र इच्छा त्याला झाली. ती फार स्वार्थी, चीड आणणारी आणि त्याच्याशी नेहमीच वाईट वागणारी होती तरीही; शेवटी, तो तिचा धर्म होता. ती त्याची बहीण होती. पण ले. कोटलरसारख्या माणसाबरोबर तिला एकटीला सोडण्याची कल्पना त्याला सहन होईना. त्याच्या कोटलरबाबतच्या भावना अगदी स्पष्ट होत्या - तो अतिशय दुष्ट माणूस होता.

तो अपघात काही तासांनी घडला. ब्रूनोनं त्याला हवं तसं टायर शोधलं. पावेलनं ते ग्रेटेलच्या खोलीच्या बाजूला असलेल्या मोठ्या ओकच्या झाडाजवळ ओढत आणलं. ब्रूनोनं वर आणि खाली, वर आणि खाली, वर आणि खाली अशी झाडावर चढ-उतर करत फांद्यांभोवती आणि टायरभोवती दोर गुंडाळला आणि पक्का बांधला; त्यानंतर तो अपघात घडला. तोपर्यंत सगळी कामं यशस्वीरित्या पार पडली होती. यापूर्वीही त्यानं असा झोका बांधला होता, पण तेव्हा कार्ल, डॅनिएल आणि मार्टिन त्याच्या मदतीला होते. यावेळी मात्र तो एकटाच होता आणि त्यामुळे गोष्टी जराशा अवघड झाल्या होत्या. पण कसंतरी एकदाचं ते काम पार पडलं आणि काही तासांतच तो टायरच्या मधोमध आनंदानं मागे-पुढे, मागे-पुढे झोके घेत होता. आता त्याला जगातली कोणतीच काळजी नव्हती. आतापर्यंत तो बसलेल्या झोक्यांपेक्षा हा झोका फारच गैरसोयीचा झाला होता या गोष्टीकडे त्यानं जाणूनबुजून कानाडोळा केला होता.

तो टायरच्या मध्यभागी रेलून झोपला होता आणि पायानं रेटा देऊन मजेत झुलत होता. टायर जेव्हा मागे जात असे तेव्हा ते जवळजवळ झाडाच्या खोडाला टेकत असे. ब्रूनोला रेटा देण्यासाठी तेवढी जागा पुरत

असे आणि तो खोडाला अजून जोरात रेटा देऊन मोठा झोका घेत असे. काही काळ सगळं छान चाललं होतं, पण एकदम त्याचा हात निसटला आणि रेटा देता देता तो एकदम उलटा झाला. त्याचा एक पाय टायरच्या कडेत अडकला आणि तो उलटा चेहऱ्यावर खाली पडला.

सगळीकडे एकाएकी अंधार झाल्यासारखं वाटलं आणि क्षणभरानंतर पुन्हा सगळं दिसायला लागलं. तो जमिनीवर उठून बसला तेवढ्यात पुढे गेलेलं टायर मागे आलं आणि थाडकन डोक्यावर आपटलं. ब्रूनोच्या तोंडून एक किंकाळी निघाली आणि तो झोक्यापासून बाजूला झाला. तो उठून उभा राहिला तेव्हा त्याला जाणवलं की आपला एक हात आणि पाय चांगलाच ठणकतोय कारण तो त्याच बाजूवर आपटला होता. हाड मोडलं असावं असं वाटण्याइतपत दुखत नव्हतं. त्यानं हात बघितला, बरंच खरचटलं होतं आणि कोपराला जखम झाली होती. त्याचा पायही दुखत होता जेव्हा त्यानं अधिक लक्षपूर्वक पाहिलं तर जिथे त्याची अर्धी चड्डी संपत होती त्याच्या खाली गुडघ्यावर चांगली खोल जखम झालेली त्याला दिसली. त्यानं जखमेकडे बघताच तिच्यातून रक्त वहायला लागलं, जणू काही ती जखम त्याच्या बघण्याचीच वाट पाहत होती.

"अरे बापरे," ब्रूनो मोठ्यानं म्हणाला आणि पुढे काय करावं हे न सुचून तसाच बघत उभा राहिला. त्याला फार वेळ तसं उभं रहावं लागलं नाही कारण झोका ज्या ठिकाणी बांधला होता त्याच बाजूला स्वयंपाकघर होतं आणि ज्यानं त्याला टायर शोधायला मदत केली होती तो पावेल, खिडकीशी उभं राहून बटाटे सोलत असताना त्यानं अपघात घडताना पाहिलं होतं. ब्रूनोनं मान वर करून पाहिलं तर त्याला पावेल झपझप त्याच्याच दिशेनं येताना दिसला. जेव्हा तो जवळ आला तेव्हा मात्र ब्रूनोचं अवसान गळालं. आतापर्यंत रोखून धरलेला धीर सुटला आणि तो खाली पडायला लागला, पण तो जमिनीवर पडण्यापूर्वीच पावेलनं त्याला उचलून धरलं.

"काय घडलं मला काहीच समजलं नाही. तो झोका तर मुळीच धोकादायक वाटत नव्हता," तो म्हणाला.

"तू खूप उंच झोका घेत होतास," पावेलचा शांत आवाज ऐकून ब्रूनोला जरा धीर आला. "मला ते दिसत होतं आणि काहीतरी विपरित होणार असं मला सारखं वाटत होतं."

"आणि ते झालं," ब्रूनो म्हणाला.

"हो खरंच."

पावेलनं त्याला उचलून घेतलं आणि हिरवळ पार करून घराकडे नेलं. स्वयंपाकघरात आणून एका लाकडी खुर्चीवर त्याला बसवलं.

"आई कुठे आहे?" कोणताही अपघात घडल्यानंतर पहिली आठवण ज्या व्यक्तीची येत असे, तिची आठवण काढत ब्रूनो म्हणाला.

"तुझी आई अजून परत आलेली नाही," खाली बसून त्याचा गुडघा न्याहाळत पावेल म्हणाला. "मी इथे एकटाच आहे."

"मग आता काय होणार?" चिरडीला येऊन ब्रूनो म्हणाला. याचं पर्यवसान आता बहुतेक रडण्यात होण्याची शक्यता होती.

"रक्त वाहून वाहून मी मरून जाईन."

पावेल किंचित हसला आणि त्यानं नकारार्थी मान हलवली.

"एवढंसं रक्त वाहिल्यानं तू काही मरणार नाहीस," बोलता बोलता त्यानं एक स्टूल पुढे ओढलं आणि ब्रूनोचा पाय त्याच्यावर ठेवला. "जरा वेळ हलू नकोस. मी तिकडून प्रथमोपचारांची पेटी घेऊन येतो."

ब्रूनो त्याच्या हालचाली बघत बसला. एका कपाटातून त्यानं औषधांची हिरवी पेटी काढली आणि एका छोट्या भांड्यात पाणी घेतलं. पाण्यात बोट बुडवून त्यानं ते फार थंड नसल्याची खात्री करून घेतली.

"मला हॉस्पिटलमध्ये जावं लागेल?" ब्रूनोनं विचारलं.

"नाही, नाही," पावेल म्हणाला आणि उकिडवं बसून त्यानं एक कोरडं फडकं भांड्यातल्या पाण्यात बुडवलं आणि हलकेच ब्रूनोच्या गुडघ्यावर ठेवलं. ब्रूनो वेदनेनं कळवळला; खरं म्हणजे त्याला इतकं काही दुखलं नव्हतं. "ही काही फार मोठी जखम नाही. तिला टाके घालण्याचीही गरज नाही."

ब्रूनो कपाळाला आठ्या घालून ओठ चावू लागला. पावेलनं हलक्या हातानं जखमेवरचं रक्त पुसून घेतलं. दुसरं फडकं घेऊन काही वेळ ते जखमेवर घट्ट दाबून धरलं. जेव्हा त्यानं ते अलगद काढून घेतलं तेव्हा रक्त थांबलं होतं. त्यानं औषधाच्या पेटीतून हिरवं औषध असलेली एक छोटी बाटली काढली आणि ते औषध जखमेवर लावलं; ते ब्रूनोला एवढं झोंबलं की तो ओरडायला लागला.

"ते इतकं काही वाईट नाही," पावेल शांतपणे आणि प्रेमळपणे

म्हणाला. "तू जर मनात त्या दुखण्याचा जास्त विचार केलास तर ते आहे त्यापेक्षा जास्त दुखेल."

ब्रूनोची समजूत कशीतरी पटली आणि त्यानं आपलं विव्हळणं थोपवून धरलं. औषध लावून झाल्यावर पावेलनं पेटीतून पट्टी काढली आणि जखमेभोवती गुंडाळली.

"हं, आता पुष्कळ बरं वाटतंय ना?" त्याने विचारले. ब्रूनोनं मान डोलवली. आपण जेवढ्या धीरानं वागायला पाहिजे होतं तेवढं वागलो नाही या विचारानं तो खजील झाला. "थँक यू," तो म्हणाला.

"ठीक आहे," पावेल म्हणाला. "आता जरा वेळ एकाच जागी बसून रहा आणि मग हळूहळू चाल. ती जखम थोडी बरी होऊ दे आणि आजचा दिवस त्या झोक्याजवळ जाऊ नकोस,"

ब्रूनोनं पुन्हा मान डोलवली आणि तो स्टुलावर पाय पसरून पावेलच्या हालचाली निरखत बसून राहिला. पावेल सिंकजवळ गेला आणि त्यानं स्वच्छ हात धुतले. वायरच्या ब्रशनं त्यानं नखांखालीही साफ केलं, हात कोरडे केले आणि मगच बटाट्यांकडे वळला.

"काय घडलं ते तुम्ही आईला सांगाल?" ब्रूनोनं विचारलं. काही वेळापासून तो हा विचार करत होता की या अपघातामुळे सगळ्यांची सहानुभूती मिळून तो हीरो होईल की स्वत:साठीच विनाशाचा खड्डा खणणारा खलनायक ठरेल.

"मला वाटतं, आईलाच आपोआप कळेल," पावेल म्हणाला आणि ब्रूनोच्या समोर टेबलवर एक जुनं वर्तमानपत्र ठेवून त्यावर गाजरांची सालं काढायला बसला.

"हो, मलाही तेच वाटतं," ब्रूनो म्हणाला. "कदाचित ती मला डॉक्टरकडे घेऊन जाईल."

"मला नाही वाटत," पावेल शांतपणे म्हणाला.

"काय माहीत. कदाचित ती जखम वाटते तेवढी छोटी नसेल." ब्रूनोला आपला अपघात ही सहजासहजी दुर्लक्ष करण्यासारखी गोष्ट व्हावी अशी इच्छा नव्हती. (शेवटी, इथे आल्यापासून त्याच्या बाबतीत घडलेली ती एकमेव सनसनाटी घटना होती)

"तसं काही नाही," ब्रूनोच्या बोलण्याकडे पावेलचं फारसं लक्ष नव्हतं, त्याचं सगळं लक्ष गाजरांकडे होतं.

“पण तुम्हाला काय माहीत? तुम्ही काही डॉक्टर नाही,” ब्रूनोनं लगेच विचारलं. ज्या माणसानं धावत येऊन आपल्याला उचललं, घरात आणलं, आपली काळजी घेतली, त्यानंच आपल्या बाबतीत अशी उदासीनता दाखवावी हे त्याला सहन झालं नाही. तो वैतागला.

पावेलनं आपलं काम थांबवलं आणि मान वर न करता नुसती नजर उचलून ब्रूनोकडे पाहिलं. त्याच्या बोलण्यावर काय उत्तर द्यावं याचा तो विचार करू लागला. त्यानं एक निश्वास टाकला आणि बराच विचार करून तो म्हणाला, “हो, मी डॉक्टर आहे.”

ब्रूनो आश्चर्यानं त्याच्याकडे बघतच राहिला. त्याला त्याचं बोलणं काही कळेचना. “पण तुम्ही तर वेटर आहात आणि तुम्ही जेवणासाठी भाज्या चिरता. तुम्ही डॉक्टर कसे असू शकता?”

“तरुण मुला,” पावेल म्हणाला (ब्रूनोला हे संबोधन आवडलं; नाहीतर कोटलरनं वापरलेलं ‘छोट्या दोस्ता’ हे संबोधन त्याला मुळीच आवडलं नव्हतं) “मी खरंच डॉक्टर आहे. एखाद्या माणसाने नुसती आकाशाकडे नजर टाकली तर तो काही लगेच खगोल शास्त्रज्ञ होत नाही, समजलं?”

पावेल काय बोलत होता हे ब्रूनोला नीटसं समजलं नाही पण त्याला पावेलबद्दल कुतूहल वाटलं आणि प्रथमच ब्रूनोनं त्याला नीट निरखून पाहिलं. तो चणीनं लहानखुरा होता आणि खूप लुकडा. त्याची बोटं लांबसडक होती आणि एकूण बांधा हडकुळा होता. तो बाबांपेक्षा वयानं मोठा होता पण आजोबांपेक्षा लहान होता; म्हणजेच तो बराच वयस्कर असावा आणि जरी ब्रूनोनं ‘आऊट-विथ’ला येण्याआधी त्याला कधी पाहिलं नव्हतं तरी त्याच्या चेहऱ्याकडे बघून ब्रूनोला असं वाटलं की पूर्वी कधीतरी तो दाढी राखत असावा.

पण ती आता नव्हती.

“पण, मला एक कळत नाही,” ब्रूनोनं या गोष्टीचा पुरता पाठपुरावा करायचं ठरवलं होतं. “तुम्ही जर डॉक्टर आहात तर तुम्ही हे वाढण्याचं काम का करता? तुम्ही कुठल्यातरी हॉस्पिटलमध्ये काम का करत नाही?”

उत्तर देण्यापूर्वी पावेलनं बराच वेळ दोलायमान अवस्थेत घालवला. दरम्यान ब्रूनोही गप्प बसला होता. का ते नक्की सांगता येणार नाही, परंतु पावेल उत्तर देईपर्यंत शांत बसणं हे सभ्यपणाचं लक्षण आहे असं त्याला वाटलं.

"मी इथे येण्यापूर्वी डॉक्टरकी करत होतो." तो शेवटी म्हणाला.

"डॉक्टरकी?" ब्रूनोनं विचारलं. त्याला हा शब्द परिचित नव्हता. "मग? तुम्ही ते चांगल्या प्रकारे करत नव्हता का?"

पावेल हसला. "मी खूप चांगलं काम करायचो. मला नेहमीच डॉक्टर होण्याची इच्छा होती. अगदी लहान मुलगा असल्यापासून. अगदी तुझ्या वयाचा असल्यापासून."

"मला संशोधक व्हायचं आहे," ब्रूनो पटकन म्हणाला.

"तू नक्कीच यशस्वी होशील," पावेल म्हणाला.

"थँक यू."

"तू आतापर्यंत काही शोधून काढलंस का?"

"आमच्या बर्लिनच्या घरामध्ये संशोधनाला खूप वाव होता," ब्रूनो आठवण काढत म्हणाला. ते खूप मोठं घर होतं. तुम्ही कल्पनाही करू शकणार नाही एवढं मोठं, त्यामुळे तिथे शोधायला खूप जागा होत्या. पण इथे तसं काही नाही."

"हो इथे तसं काहीच नाही," पावेलनं सहमती दर्शवली.

"तुम्ही 'आऊट-विथ'ला कधी आलात?" ब्रूनोनं विचारलं.

पावेलनं हातातलं गाजर आणि सोलाणं काही वेळासाठी खाली ठेवलं आणि तो विचार करू लागला. "मला वाटतं, मी नेहमी इथेच असतो," तो हळू आवाजात बोलला.

"तुम्ही इथेच लहानाचे मोठे झालात?"

"नाही," आपली मान हलवत पावेल म्हणाला. "नाही, नाही."

"पण तुम्ही तर आत्ता म्हणालात...."

ब्रूनो पुढे काही बोलणार इतक्यात बाहेर आईचा आवाज ऐकू आला. तो ऐकताच पावेल ताडकन बसल्या जागेवरून उठला आणि गाजरं, सोलाणं, वर्तमानपत्रात भरलेली सालं उचलून सिंकजवळ जाऊन उभा राहिला. ब्रूनोकडे पाठ करून त्यानं मान अगदी खाली घातली आणि तो काहीच बोलला नाही.

"अरे बापरे, तुला झालं तरी काय?" आई स्वयंपाकघरात आली आणि ब्रूनोच्या जखमेवर बांधलेल्या पट्टीकडे बघत उद्गारली.

"मी एक झोका बांधला होता त्यावरून पडलो." ब्रूनोनं स्पष्टीकरण दिलं. "मग तो झोका मला डोक्यावर लागला आणि मी जवळजवळ बेशुद्ध

पडलो, पण पावेल आला आणि त्यानं मला आत आणलं आणि जखम स्वच्छ केली, पट्टी बांधली. मला खूप दुखलं, पण मी रडलो नाही. मी एकदाही रडलो नाही, हो ना पावेल?''

पावेलनं आपलं शरीर थोडंसं त्यांच्या दिशेनं वळवलं पण मान वर केली नाही. ''जखम पूर्ण स्वच्छ केली आहे,'' तो थंडपणे म्हणाला, पण त्यानं ब्रूनोच्या प्रश्नाचं उत्तर दिलं नाही. ''काळजी करण्यासारखं काही नाही.''

''ब्रूनो, तुझ्या खोलीत जा,'' आई अस्वस्थपणे म्हणाली.

''पण मी....''

''माझ्याशी वाद घालू नकोस - तुझ्या खोलीत जा.'' ती दरडावून म्हणाली आणि ब्रूनो खूर्चीतून उतरला, ज्याला त्याने आपला दुखरा पाय असं म्हणायचं ठरवलं होतं त्यावर वजन टाकलं. त्याला थोडं दुखलं. तो जाण्यासाठी वळला. खोलीतून बाहेर पडता पडता त्याला आईनं पावेलला धन्यवाद दिले ते ऐकू आले. पायऱ्यांकडे जाता जाता तो स्वत:शीच खूश झाला कारण पावेल तिथे नसता तर अतिरक्तस्त्राव होऊन तो मरू शकला असता हे सगळ्यांना समजायला हवंच होतं.

वर चढता चढता त्याला आईचं बोलणं एकू येत होतं. अगदी शेवटी ती डॉक्टर असण्याचा दावा करणाऱ्या वेटरला म्हणाली, ''जर कमाण्डण्टनी विचारलं तर आपण सांगू की मी ब्रूनोची जखम साफ केली.''

हे बोलणं ब्रूनोला अगदी स्वार्थीपणाचं वाटलं आणि एकप्रकारे जी गोष्ट तिनं केली नव्हती, त्याचं श्रेय ती लाटत आहे असं वाटलं.

आजीचा राग

घर सोडल्यापासून ब्रूनोला सगळ्यात जास्त आठवण कुणाची येत असेल तर ती आजी-आजोबांची. भाज्या आणि फळांच्या दुकानांवर असलेल्या एका लहानशा फ्लॅटमध्ये दोघं रहायचे. ब्रूनो जेव्हा 'आऊट-विथ'ला गेला तेव्हा आजोबा त्र्याहत्तर वर्षांचे होत आले होते. ब्रूनोच्या दृष्टीनं ते जगातले सगळ्यात म्हातारे गृहस्थ होते. एका दुपारी त्यानं हिशोब केला की जर तो त्याचं संपूर्ण आयुष्य आठ वेळा पुन्हा पुन्हा जगला तरी तो आजोबांपेक्षा एका वर्षानी तरुणच राहील.

आजोबांनी आपलं आयुष्य शहराच्या मध्यवर्ती भागात असलेलं एक रेस्टॉरंट चालवण्यात घालवलं होतं आणि ब्रूनोच्या मित्राचे-मार्टिनचे वडील तिथे आचाऱ्याचं काम करायचे. जरी आजोबा स्वत: स्वयंपाक करत नसले किंवा वाढायचं काम करत नसले तरी ते त्यांचा सगळा वेळ तिथेच काढायचे. बारमध्ये बसून येणाऱ्या गिऱ्हाइकांशी गप्पा मारायचे, तिथेच संध्याकाळी जेवायचे आणि रात्री उशिरापर्यंत, रेस्टॉरंट बंद होईपर्यंत मित्रांबरोबर हास्यविनोद करत बसायचे.

इतर मुलांच्या आज्यांच्या तुलनेत त्याची आजी फारशी म्हातारी दिसत नसे. जेव्हा ब्रूनोला समजलं की तिचं वय बासष्ट आहे, तेव्हा त्याला खूप आश्चर्य वाटलं होतं. तरुण असताना तिच्या एका कार्यक्रमानंतर तिला आजोबा भेटले होते आणि त्यांच्या सगळ्या दोषांसकट त्यांच्याशी लग्न करण्यासाठी आजोबांनी तिचं मन वळवलं होतं. आजीचे केस तांबडे

आणि लांबसडक होते - अगदी तिच्या सुनेसारखे - आणि डोळे हिरवट होते. तिच्या कुटुंबात पूर्वी कधीतरी आयरिश वंशाचा संबंध आला होता म्हणून ते तसे होते, असा तिचा दावा होता. घरात एखादा समारंभ असेल तर तो रंगात आला आहे हे ब्रूनोला तेव्हा समजे जेव्हा आजी पियानोभोवती घुटमळू लागे आणि मग कुणीतरी तो वाजवायला बसून आजीला गाण्यासाठी आग्रह करू लागल्यावर समारंभ रंगात आला हे ब्रूनोला कळत असे. 'हे काय?' ती नेहमीच ओरडत असे आणि एक हात छातीवर ठेवत आपल्याला फार मोठा धक्का बसला आहे असं भासवत असे. 'हे गाणं तुला पाहिजे आहे? बाप रे, मला ते शक्य नाही. मला खेद वाटतो, तरुण मुला, माझे ते गाण्याचे दिवस आता गेले.'

'म्हणा! म्हणा!' पार्टीतले सगळे लोक ओरडायचे आणि एक योग्य विराम घेऊन, कधी कधी तर दहा किंवा बारा सेकंदांचा - ती शेवटी तयार व्हायची आणि पियानोवर बसलेल्या तरुणाकडे वळून हसून म्हणायची, 'ला व्हिए एन् रोझ, ई-फ्लॅट मायनर. आणि जरा सांभाळून घे.'

ब्रूनोच्या घरातले समारंभ नेहमीच आजीच्या गाण्यानं पूर्ण व्हायचे. काही कारणानं नेमकी त्याच वेळेला आई मात्र मुख्य ठिकाणापासून लांब स्वयंपाकघरात तिच्या काही मैत्रिणींसोबत गेलेली असायची. हा योगायोग हमखास नेहमीच घडायचा. बाबा तिथेच थांबायचे आणि ब्रूनोही, कारण आजी मोकळ्या आवाजात गायला लागली की सगळे लोक कौतुकानं टाळ्या वाजवायचे ते त्याला फार आवडायचं. शिवाय 'ला व्हिए एन् रोझ,' या गाण्यानं त्याच्या अंगावर शहारा यायचा आणि त्याच्या मानेवरचे कोवळे कोवळे केस ताठ उभे रहायचे.

ब्रूनो किंवा ग्रेटेल मोठे झाल्यावर तिच्यासारखे रंगभूमीकडे वळतील असं आजीला वाटायचं. प्रत्येक ख्रिसमसला, प्रत्येकाच्या वाढदिवशी ती त्या दोघांना घेऊन एक छोटंसं नाटुकलं बसवायची आणि आई, बाबा, आजोबांसमोर ते सादर करायची. ती स्वत: नाटकं लिहायची आणि ब्रूनोच्या मतानुसार स्वत:ला उत्तम संवाद निवडायची; अर्थात त्याची याला काही विशेष हरकत नसायची. नाटकात कुठेतरी एखादं गाणं असायचं - 'तुम्हाला एखादं गाणं हवं आहे का?' ती आधी विचारून घ्यायची आणि ब्रूनोसाठी एखादी जादू दाखवण्याची संधी आणि ग्रेटेलसाठी एखादा नाच त्यामध्ये

ठेवायची. नाटकाचा शेवट नेहमी 'मोठ्या/महान कवींच्या' ब्रूनोनं केलेल्या कविता-गायनानं व्हायचा, ज्यांचे शब्द त्याच्या आकलनापलीकडे असायचे, पण सारखी-सारखी वाचून ती कविता त्याला सुंदर वाटायला लागायची.

पण हा काही त्या नाट्य-निर्मितीचा सगळ्यात मजेदार भाग नव्हता. त्या सगळ्या प्रक्रियेतली महत्त्वाची गोष्ट म्हणजे आजी ब्रूनो आणि ग्रेटेलसाठी खास कपडे तयार करायची. भूमिका कोणतीही असो, त्याचे संवाद त्याच्या बहिणीपेक्षा आणि आजीपेक्षा कितीही कमी असोत, ब्रूनोला नेहमी राजपुत्र किंवा अरब शेख किंवा क्वचित प्रसंगी रोमन ग्लॅडिएटर (सार्वजनिक आखाड्यात शस्त्रानिशी लढणारा सैनिक) असे पोशाख घालायला मिळत. तिथे मुकुट असत किंवा कधी मुकुट नसले तर भाले असत. आणि जर भाले नसले तर चाबूक किंवा फेटे असत. प्रत्येक वेळी आजी नवीन काय घेऊन येणार याची कुणालाच अगोदर कल्पना नसायची, पण ख्रिसमसच्या आधी आठवडाभर रोज ब्रूनो आणि ग्रेटेलला आजीच्या घरी तालमींसाठी जावं लागायचं.

त्यांच्या शेवटच्या नाटकाचा अंत मोठा करुण झाला होता. त्या अनर्थाची आठवण ब्रूनोसाठी मोठी क्लेशकारक होती. ते घडायला नक्की काय कारण झालं होतं याबद्दल तो अनभिज्ञ होता.

त्या घटनेच्या आधी आठवडाभर घरामध्ये बरीच गडबड चालू होती. तिचा संबंध बाबांच्या 'कमाण्डण्ट' होण्याशी होता. मारिया, स्वयंपाकी आणि बटलर लार्स यांच्याशिवाय घरी सारखे ये-जा करणारे आणि जणू काही ब्रूनोचं घर नसून आपलंच घर असल्यासारखे वावरणारे सगळे सैनिक हे त्यांना यापुढे 'कमाण्डण्ट' म्हणून संबोधणार होते. बरेच आठवडे ही गडबड घरात चालली होती. सगळ्यात आधी फ्यूरी आणि ती सोनेरी केसांची सुंदर बाई जेवायला आले होते, तेव्हा सगळं घर शिस्तीमुळे स्तब्ध झालं होतं आणि नंतर बाबांना 'कमाण्डण्ट' म्हणून संबोधण्याचा नवा प्रकार. आईनं ब्रूनोला बाबांचं अभिनंदन करायला सांगितलं आणि त्यानं ते केलंही. पण प्रामाणिकपणे विचार करता (जे करण्याचा तो नेहमीच प्रयत्न करायचा) आपण कशाबद्दल अभिनंदन केलं ते त्याला नक्की कळलं नाही.

ख्रिसमसच्या दिवशी बाबांनी त्यांचा नवाकोरा गणवेश चढवला, जो ते आता रोज घालतात. तो कडक इस्त्रीचा युनिफॉर्म आणि जेव्हा तो

घालून ते सगळ्यांसमोर आले तेव्हा सगळ्यांनी टाळ्या वाजवून त्यांचं कौतुक केलं. ते दृश्य खरोखरंच खास होतं. घरी सतत ये-जा करणारे जे बाकीचे सैनिक होते त्यांच्यात ते अगदी उठून दिसायचे आणि त्यांच्या रुबाबामुळे सगळे त्यांचा पूर्वीपेक्षाही जास्त आदर करायला लागले होते. आई त्यांच्याजवळ होती आणि तिने त्यांच्या गालाचा मुका घेतला. गणवेशावरून हात फिरवून तिनं त्या कापडाच्या पोताची तारीफ केली. गणवेशावर असलेल्या सुंदर पदकांचं ब्रूनोला जास्त आकर्षण होतं आणि हात स्वच्छ असण्याच्या अटीवर त्याला काही वेळासाठी बाबांची टोपी घालायला मिळाली होती.

आजोबांनी जेव्हा गणवेश घातलेल्या बाबांना बघितलं तेव्हा त्यांना आपल्या मुलाचा विलक्षण अभिमान वाटला, पण आजीवर मात्र या सगळ्याचा अजिबात परिणाम झालेला दिसला नाही. जेवण झाल्यानंतर आणि ब्रूनो, ग्रेटेलबरोबरचा तिचा प्रयोग सादर झाल्यानंतर ती दुःखी चेहऱ्यानं एका आरामखुर्चीत जाऊन बसली. बाबांकडे बघत ती मान हलवत होती जणू काही त्यांनी तिची घोर निराशा केली होती.

"मी विचार करते - तुझ्या बाबतीत मी कुठे चुकले, राल्फ?" ती म्हणाली "तू लहान असताना जे कार्यक्रम मी तुझ्याकडून करून घेतले त्यांचा परिणाम हा असा व्हावा? एका दोरावर लटकणाऱ्या कठपुतळीसारखा वेष तुला घालावा लागावा?"

"आई, आता ही काही हे बोलण्याची वेळ नाही, तुला माहीत आहे." बाबा सोशिक स्वरात म्हणाले.

"मोठ्या ऐटीत तुझा गणवेश घालून उभा आहेस, " तिचं बोलणं सुरूच होतं. "जसा काही तू कुणीतरी खास आहेस. ह्याचा खरा अर्थ काय होतो याची तुला जरा देखील फिकीर नाही. ते कशाचं प्रतीक आहे ठाऊक आहे?"

"नताली, यावर आपण आधीही बोललो आहोत," आजोबा म्हणाले. पण सगळ्यांना हे माहीत होतं की आजीला जर आपलं म्हणणं मांडायचं असेल तर ती काहीही झालं तरी बोलणारंच; मग ते कितीही अप्रिय का असेना.

" 'तू' त्याबद्दल बोललास, मथायस," आजी म्हणाली. " तू नेहमीप्रमाणे एका निर्जीव भिंतीला उद्देशून बोलत होतास."

"पार्टी चालू आहे, आई, आणि हा ख्रिसमस आहे. उगीच रंगाचा

बेरंग नको.'' बाबा निश्वास टाकत म्हणाले.

''ग्रेट वॉर सुरू झालं तेव्हाची मला आठवण येते,'' आजोबा अभिमानानं म्हणाले. ते शेकोटीकडे बघत होते आणि मान हलवत होते. ''मला आठवतं तू घरी आलास आणि कामावर रुजू झाल्याचं सांगितलंस. मला माहीत होतं की तुझ्यावर संकट येणार.''

''मथायस, त्याच्यावर संकट आलं आहे,'' आजी ठासून म्हणाली. ''पुरावा हवा असेल तर त्याच्याकडे नीट बघ.''

''आणि आता तू स्वतःकडे बघ,'' तिच्याकडे दुर्लक्ष करत आजोबा पुढे म्हणाले. ''तुला अशा जबाबदारीच्या पदावर बढती मिळाली हे पाहून मला खूप अभिमान वाटतो. तुमच्या देशावर झालेला अन्याय दूर करून त्याला पूर्वीचं वैभव प्राप्त करून द्यायचं. सगळ्याच्या पलीकडे जाऊन शिक्षा....''

''अरे, जरा तुमचा आतला आवाज ऐका!'' आजी किंचाळली. ''तुमच्यापैकी कोण जास्त मूर्ख आहे कोण जाणे!''

''पण नताली,'' परिस्थिती शांत राखण्याचा प्रयत्न करत आई म्हणाली, ''राल्फ या गणवेशात खूप रुबाबदार दिसतो असं नाही तुम्हाला वाटत?''

''रुबाबदार?'' पुढे वाकून आणि आश्चर्यानं आपल्या सुनेकडे नजर रोखून आजी म्हणाली, बहुधा आपल्या सुनेचं डोकं फिरलं असावं अशी तिला शंका आली. ''काय म्हणालीस तू? रुबाबदार? मूर्ख मुली! जगात या गोष्टी महत्त्वाच्या आहेत असं तुला वाटतं? रुबाबदार दिसणं?''

'' मी माझ्या रिंगमास्टरच्या पोशाखात रुबाबदार दिसतो का?'' ब्रूनोनं मध्येच विचारलं, कारण ह्या रात्रीच्या समारंभासाठी त्यानं तो पोशाख घातलेला होता - सर्कसच्या रिंगमास्टरचा लाल आणि काळा पोशाख - तो घालून तो अभिमानानं मिरवत होता. ज्या क्षणी तो ते वाक्य बोलला, त्या क्षणी त्याला ते बोलण्याचा पश्चात्ताप झाला, कारण सगळ्या मोठ्या लोकांनी ग्रेटेल आणि त्याच्याकडे वळून पाहिलं. ती दोघं तिथेच आहेत हे बहुधा सगळे विसरून गेले असावेत.

''मुलांनो, वर जा,'' आई म्हणाली. ''तुमच्या खोल्यांमध्ये जा, ताबडतोब.''

''पण आम्हाला नाही जायचं. आम्ही इथेच खेळू नाही शकत का?'' ग्रेटेल हटून बसली.

"नाही. वर जा आणि दारं लावून घ्या," आई ठामपणे म्हणाली.
"तुम्हा सैनिकांना फक्त तेवढंच आवडतं," मुलांकडे पूर्ण दुर्लक्ष करत आजी म्हणाली."तुमच्या सुंदर गणवेशांमध्ये रुबाबदार दिसणं. छान छान कपडे घालायचे आणि भयानक गोष्टी करायच्या. मला अक्षरशः लाज वाटते. पण मी मलाच दोष देते राल्फ, तुला नाही."

"मुलांनो, वर जा लगेच!" आईनं टाळ्या वाजवून निर्वाणीचं सांगितलं. आता मात्र उठून तिची आज्ञा पाळण्याशिवाय गत्यंतर नव्हतं.

पण सरळ आपापल्या खोल्यांमध्ये जाण्याऐवजी त्यांनी दार लावून घेतलं आणि जिन्यात वर जाऊन बसले. मोठी माणसं खाली काय बोलतात ते ऐकण्याचा प्रयत्न करू लागले. पण आई आणि बाबांचा आवाज दबल्यासारखा येत होता, बोलणं नीट ऐकू येत नव्हतं. आजोबांचा तर अजिबात येत नव्हता आणि आजीचं बोलणं तोंडातल्या तोंडात अडखळल्यासारखं येत होतं. शेवटी, काही वेळानंतर दार खाडकन उघडलं आणि ग्रेटेल आणि ब्रूनो झपाट्यानं अजून वर गेले. आजीनं हॉलमध्ये कप्प्यात ठेवलेला आपला कोट उचलला.

"लाज वाटते मला" जाण्यापूर्वी ती ओरडली. "की माझा स्वतःचा मुलगा असा...."

"देशभक्त," बाबाही ओरडले. त्यांना बहुतेक आईचं वाक्य मध्येच न तोडण्याचा नियम कुणी शिकवला नसावा.

"देशभक्त! खरंच!" ती पुन्हा ओरडली. "या घरात तुम्ही ज्यांना जेवायला बोलवता ती माणसं. मला तर विचारानंही मळमळतं. आणि तो तुझा गणवेश बघून तर मला माझे डोळे खोबणीतून उचकटून काढावेसे वाटतात." घरातून तरातरा बाहेर पडून आणि जोरात दार आपटून ती बोलली.

त्यानंतर ब्रूनोला आजी फारशी दिसली नव्हती. "आऊट-विथ'ला येण्यापूर्वी तिचा निरोप घ्यायलाही त्याला जमलं नव्हतं. पण त्याला तिची खूप आठवण येत होती आणि म्हणून त्यानं तिला पत्र लिहायचं ठरवलं.

त्या दिवशी तो कागद आणि पेन घेऊन बसला. तो तिथे किती दुःखी आहे आणि बर्लिनच्या घरी परत जाण्यासाठी किती उत्सुक आहे हे त्यानं आजीला कळवलं. त्यानं तिला घराबद्दल सांगितलं आणि बागेबद्दल आणि कोनशिला बसवलेल्या बाकाबद्दल आणि उंच कुंपण आणि लाकडी मोठे खांब आणि काटेरी तारांची भेंडोळी आणि पलीकडे असणारी कडक

जमीन आणि झोपड्या आणि बैठ्या इमारती आणि गवताच्या गंजी आणि सैनिक, पण जास्त करून तिथे राहणाऱ्या लोकांबद्दल सांगितलं आणि त्यांचे चट्टेरी-पट्टेरी कपडे आणि कापडी टोप्यांबद्दल आणि मग त्याला तिची किती आठवण येते ते सांगितलं आणि शेवटी खाली सही केली. 'तुझा लाडका नातू, ब्रूनो.'

ब्रूनोचं संशोधन

काही काळ 'आऊट-विथ'ला काहीच बदललं नाही. ग्रेटेलचा मूड खराब असे तेव्हा ती ब्रूनोशी कधीच नीट वागायची नाही. आणि हे वारंवार घडे, कारण ती एक 'अशक्य वाया गेलेली ढ मुलगी' होती.

आपण बर्लिनला परत जावं अशी जरी त्याला इच्छा होती तरी त्या घराच्या आठवणी पुसट होत चालल्या होत्या. जरी त्याच्या मनात असलं तरी कितीतरी आठवडे त्याला आजी किंवा आजोबांना पत्र लिहिणं जमलं नव्हतं. प्रत्यक्ष लिहायला बसणं तर दूरच, पण हा विचारही तितक्या तीव्रतेनं मनात येत नव्हता.

आठवड्याचे सगळे दिवस सैनिकांची ये-जा चालू असे, बाबांबरोबर त्यांच्या ऑफीसमध्ये बैठका चालत, जिथे अजूनही 'कोणत्याही वेळी आणि कोणत्याही परिस्थितीत प्रवेश निषिद्ध' होता. ले. कोटलर त्याचे काळे बूट घालून अजूनही इकडे-तिकडे फिरत असे, जणू काही या जगात त्याच्यापेक्षा महत्त्वाचं दुसरं कुणीच नव्हतं. आणि तो जेव्हा बाबांबरोबर नसे तेव्हा घरासमोरच्या रस्त्यावर उभं राहून ग्रेटेलशी गप्पा छाटत असे. तो बोलत असताना ती वेड्यासारखी हसत असे आणि बोटांभोवती केसांची बट गुंडाळत असे किंवा खोलीत आईबरोबर खुसूखुसू काहीतरी बोलत बसे.

नोकर माणसंही नेहमी येत असत आणि काहीतरी धूत, झाडत, शिजवत, साफसफाई करत, वाढत असत आणि वस्तू इकडून तिकडे नेत असत आणि कुणी काही विचारलं तरंच आपलं तोंड उघडत असत.

मारिया आपला बहुतेक वेळ वस्तू व्यवस्थित जागच्या जागी ठेवण्यात घालवत असे आणि ब्रूनोचे जे कपडे वापरात नसत ते कपाटात नीट घड्या करून ठेवत असे. पावेलही रोज घरी येत असे आणि दुपारी बटाटे आणि गाजरं सोलत असे आणि पांढरं जॅकेट चढवून टेबलाशी येऊन वाढत असे. (अधूनमधून तो ब्रूनोच्या गुडघ्याकडे एक दृष्टीक्षेप टाकत असे. झोक्याच्या अपघाताची खूण म्हणून एक छोटा व्रण तिथे तयार झाला होता. पण त्याव्यतिरिक्त दोघांमध्ये कधीच काही बोलणं झालं नव्हतं.)

पण काही दिवसांनी परिस्थिती बदलली.

मुलांनी आता अभ्यासाकडे वळलं पाहिजे असं बाबांनी ठरवलं आणि जरी दोनंच मुलांची शाळा भरणार हे ब्रूनोला विचित्र वाटलं तरी; आई-बाबांचं या गोष्टीवर एकमत झालं की, शिकवणीला घरी एक शिक्षक येऊन सकाळी आणि दुपारी मुलांना शिकवेल. काही दिवस लोटल्यावर हर लिस्झ्ट नावाचा माणूस आपल्या लोखंडी चाकं असलेल्या जुनाट सायकलवर बसून खडखडाट करत आला आणि पुन्हा शाळेचे दिवस परत आले. ब्रूनोसाठी हर लिस्झ्ट म्हणजे एक कोडंच होतं. बहुतेक वेळा तो त्याच्याशी मित्रत्त्वानं वागे. जुन्या पूर्वीच्या शिक्षकांसारखा त्याच्यावर हातही उगारत नसे, पण त्याच्या डोळ्यांत असे काही भाव होते की जणू काही आतमध्ये राग ठासून भरलेला आहे आणि बाहेर पडण्यासाठी खदखदत आहे.

हर लिस्झ्टला जास्त करून इतिहास-भूगोल हे विषय आवडत असत, तर ब्रूनोला वाचन आणि कला हे विषय विशेष प्रिय होते.

"ते विषय तुझ्या काही कामाचे नाहीत," शिक्षक ठासून सांगत. "समाजशास्त्राच्या विषयाचं आकलन होणं हे या युगात आणि या घडीला जास्त महत्त्वाचं आहे."

"बर्लिनला असताना आजी आम्हाला नेहमी नाटकात काम करू द्यायची," ब्रूनोनं निदर्शनाला आणून दिलं.

"तुझी आजी काही शिक्षिका नव्हती, होती का?" हर लिस्झ्टनं विचारलं. "ती तुझी आजी होती आणि इथे मी तुझा शिक्षक आहे, त्यामुळे मी जे विषय महत्त्वाचे मानतो तेच तू शिकणार; तुला जे आवडतात ते नाही."

"पण पुस्तकं महत्त्वाची नाहीत का?" ब्रूनोनं विचारलं.

"जगात ज्या गोष्टींना महत्त्व आहे त्यावरची पुस्तकं अर्थातच महत्त्वाची आहेत," हर लिस्झ्टनं खुलासा केला. "पण गोष्टीची पुस्तकं नाहीत. ज्या

गोष्टी कधी प्रत्यक्षात घडल्या नाहीत त्यावरची पुस्तकं नाहीत. तुला तुझ्या इतिहासाबद्दल कितपत माहिती आहे, तरुण मुला?'' (हर लिस्इटनं त्याला पावेल सारखं 'तरुण मुला' म्हटलं होतं आणि ले. कोटलरसारखं 'छोट्या दोस्ता' नाही. ही गोष्ट नक्कीच वाखाणण्यासारखी होती.)

''मला माहीत आहे की माझा जन्म पंधरा एप्रिल एकोणीसशे चौतीसला झाला....'' ब्रूनो म्हणाला.

'' 'तुझा' इतिहास नाही,'' हर लिस्इटनं त्याला मध्येच रोखलं. ''तुझा वैयक्तिक इतिहास नाही. मला म्हणायचं होतं कीं तू कोण आहेत, तू कुठून आलास, तुझ्या कुटुंबाची पार्श्वभूमी. तुझ्या वडिलांचा जमीनजुमला.''

ब्रूनोनं कपाळाला आठ्या घातल्या आणि जरा विचार केला. बाबांकडे त्यांच्या मालकीची काही जमीन होती का याबद्दल त्याला नक्की माहीत नव्हतं. कारण बर्लिनचं घर जरी खूप मोठं आणि आरामदायी असलं तरी त्याच्याभोवती बागेसाठी फारशी जमीन नव्हती आणि हे समजण्याइतका तो नक्कीच मोठा होता की आजूबाजूला भरपूर जमीन असली तरी 'आऊट-विथ' काही त्यांच्या मालकीचं नव्हतं. ''काही विशेष नाही,'' त्यानं अखेरीस कबूल केलं. ''पण मला मध्ययुगाबद्दल बरीच माहिती आहे. मला त्यातल्या सरदारांच्या, त्यांच्या साहसाच्या आणि संशोधनाच्या गोष्टी खूप आवडतात.''

हर लिस्इटनं दातांमधून फुत्कारल्यासारखा आवाज काढला आणि रागानं मान हलवली. ''मग हे सगळं बदलायलाच मी इथे आलो आहे,'' तो गंभीर आवाजात म्हणाला. ''तुझ्या डोक्यातून त्या गोष्टींच्या पुस्तकाचं वेड काढून टाकण्यासाठी आणि तू कुठून आला आहेस याबद्दल तुला जास्तीत जास्त सांगण्यासाठी. तुझ्यावर जे जे अन्याय झाले ते तुला जाणवून देण्यासाठी.''

ब्रूनोनं मान डोलवली. हे ऐकून त्याला मनस्वी आनंद झाला. त्याला असं वाटलं की अखेरीस आपलं सुखसोयींनी युक्त असं घर सोडून आपल्याला या भयंकर ठिकाणी येणं का भाग पडलं याचं स्पष्टीकरण आपल्याला मिळणार. त्याच्या लहानशा आयुष्यात त्याच्यावर झालेला सगळ्यात मोठा अन्याय तर हाच होता.

बर्लिनच्या घरी असताना त्याला कुठल्या गोष्टी करायला आवडायच्या ज्या त्याला 'आऊट-विथ'ला आल्यापासून करायला मिळाल्या नाहीत. असा विचार खोलीत एकटाच बसलेला असताना ब्रूनोच्या मनात आला.

असे विचार त्याच्या डोक्यात येण्याचं कारण म्हणजे त्याला इथे एकही मित्र खेळायला नव्हता आणि ग्रेटेल त्याच्याशी कधी खेळण्याची सुतराम शक्यता नव्हती. पण एक गोष्ट तो एकटा असतानाही करू शकत होता आणि जी तो बर्लिनला असतानाही करत होता, ती म्हणजे संशोधन करणे.

'मी जेव्हा लहान होतो,' ब्रूनो स्वत:शीच म्हणाला, 'मला काहीतरी शोधायला फार आवडायचं आणि बर्लिनला असताना, तिथली मला सगळी माहिती होती. तेव्हा डोळे बांधूनही मला हवी असलेली वस्तू मी बरोबर शोधायचो. असं शोधकार्य मी इथे कधीही केलेलं नाही. आता ते सुरू करण्याची वेळ बहुधा आलेली आहे.'

आणि मग, त्याचा विचार बदलायच्या आत, ब्रूनोनं पलंगावरून उडी मारली आणि कपाटात उचकापाचक करून एखादा संशोधक घालत असावा असे कपडे, एक ओव्हरकोट आणि जुनेपुराणे बूट बाहेर काढले आणि घराबाहेर पडायला सज्ज झाला.

घराच्या आत संशोधन करण्यात काहीही अर्थ नव्हता. कारण शेवटी हे काही बर्लिनचं घर नव्हतं. तिथे त्याच्या आठवणीप्रमाणे हजारो सांदीकोपरे होते आणि रहस्यमय छोट्या खोल्या, शिवाय पाच मजले - तळमजला आणि अगदी वरती असलेली छोटी खोली जिला एक अशी खिडकी होती जिच्यातून बाहेर पाहण्यासाठी त्याला चवड्यांवर उभं राहावं लागत असे. नाही, हे घर संशोधनासाठी अगदीच बेकार होतं. जर काही शोधायला हवं असेल तर ते घराबाहेरच जाऊन शोधायला पाहिजे होतं.

गेले कितीतरी महिने ब्रूनो आपल्या खोलीच्या खिडकीतून दिसणाऱ्या बागेकडे पाहत असे. तिथे असणारा बाक, त्यावर बसवलेली कोनशिला, उंच कुंपण आणि मोठाले लाकडी खांब आणि अजून बऱ्याच गोष्टी ज्या त्यानं आजीला पत्रातून लिहिल्या होत्या. त्यानं इतक्या वेळा पलीकडे असलेल्या लोकांना पाहिलं होतं, वेगवेगळ्या तऱ्हेचे लोक पण चट्टेरी-पट्टेरी कपड्यांमध्ये; तरी अजूनपर्यंत एकदाही हे सगळे कोण आहेत असा प्रश्न त्याच्या मनात आला नव्हता.

ते जणू काही दुसरं शहर होतं. त्याच्या घराला समांतर वसलेलं, जिथे लोक राहत होते आणि एकत्र काहीतरी काम करत होते. पण ते खरोखरंच वेगवेगळे लोक होते का? कारण त्या वस्तीमधले सगळे लोक एकाच प्रकारचे कपडे घालत असत, ते पट्टे -पट्टे असलेले आणि कापडी टोप्याही

तशाच कापडाच्या. त्याच्या घरात वावरणारे सगळे लोक (अपवाद फक्त आई, ग्रेटेल आणि त्याचा स्वत:चा) वेगवेगळी नक्षी असलेले वेगवेगळ्या दर्जाचे गणवेश, टोप्या आणि हेलमेटस् घालीत आणि हाताला चमकदार लाल-काळ्या रंगांचे पट्टे बांधत. त्यांच्याकडे बंदुका होत्या आणि त्यांचे चेहरे नेहमी कठोर असत, जणू काही तसं करणंच सगळ्यात महत्त्वाचं होतं आणि कुणीही बाकी काहीही विचार करणं गैर होतं. नक्की काय फरक होता? तो स्वत:शीच विचार करू लागला. कोणत्या लोकांनी पट्ट्यांचे कपडे घालायचे आणि कोणत्या लोकांनी गणवेश घालायचे हे कुणी ठरवलं?

काही वेळा अर्थातच दोन्ही गट एकत्र यायचे. त्याच्या बाजूकडचे लोक कुंपणाच्या दुसऱ्या बाजूकडे जाताना तो नेहमीच बघायचा आणि हे बघताना जाणवायचं की इकडून गेलेले लोक नेहमी वर्चस्व गाजवायचे. सैनिक जवळ आले की पट्टेरी पायजमा घातलेले लोक एकदम शिस्तीत उभे रहायचे. काही वेळा ते जमिनीवर पडत आणि उठलेच नाहीत तर त्यांना उचलून न्यावं लागायचं. 'हे जरा मजेदार आहे की, माझ्या मनात त्या लोकांबद्दल कधीच काही विचार आला नाही,' ब्रूनो स्वत:शी म्हणाला. आणि ही पण गमतीदार गोष्ट आहे की प्रत्येक वेळी इतके सैनिक त्या बाजूला जातात आणि त्यानं बाबांनाही बऱ्याच वेळा कुंपणाच्या पलीकडच्या बाजूला जाताना पाहिलं होतं... पण तिकडच्या लोकांपैकी मात्र कुणालाच घरी बोलवलं जात नाही.

काही वेळा - नेहमी नाही, पण काही वेळा - काही सैनिक जेवायलाही थांबत असत आणि जेव्हा ते येत तेव्हा अनेक प्रकारची फेसाळणारी पेयं त्यांना दिली जात. ग्रेटेल आणि ब्रूनोनं शेवटचा घास संपवला की लगेच त्यांना त्याच्या खोल्यांकडे पिटाळलं जाई. खाली नंतर बराच वेळ गोंगाट, बडबड चालू असे आणि काही अगदी भसाड्या आवाजातली गाणीही. बाबांना आणि आईला सैनिकांबरोबर वेळ घालवायला आवडत असे हे तर स्पष्टंच होतं. ब्रूनोला तशी खात्रीच होती. पण त्यांनी कधी पट्टेरी पायजम्यातल्या लोकांना जेवायला बोलवलं नव्हतं.

घरातून बाहेर पडल्यावर ब्रूनो मागच्या बाजूला आला आणि मान वर करून आपल्या खोलीच्या खिडकीकडे बघू लागला. या ठिकाणाहून ती काही फार उंच असेल असं वाटत नव्हतं. त्या खिडकीतून उडी मारली तरी फारशी दुखापत होणार नाही असा विचार त्याच्या मनात आला, अर्थात असा मूर्खपणा करण्यासाठी कोणती परिस्थिती कारणीभूत ठरेल याची कल्पना

त्याला करता येत नव्हती. कदाचित घराला आग लागली आणि तो आतच राहिला तरंच असं घडू शकेल पण असं करणं धोक्याचंच ठरलं असतं.

त्यानं आपल्या उजवीकडे जिथपर्यंत नजर पोहोचेल तिथपर्यंत पाहिलं. त्याला सूर्यप्रकाशात ते उंच कुंपण त्याच्या नजरेच्या टप्प्यापलीकडेपर्यंत गेलेलं दिसलं. ते पाहून त्याला आनंद झाला कारण त्याचा अर्थ पुढे काय आहे हे त्याला माहीत नव्हतं आणि चालत जाऊन तो ते शोधून काढू शकणार होता. शेवटी संशोधन, संशोधन म्हणजे तरी दुसरं काय असतं. (इतिहासाच्या तासाला हर लिस्झ्टनं एक फार चांगली गोष्ट त्याला शिकवली होती : ख्रिस्तोफर कोलंबस आणि अमेरिगो व्हेस्पुसी, अशा माणसांच्या साहसाबद्दलच्या गोष्टी आणि त्यांची धाडसानं भरलेली आयुष्यं. ब्रूनोला मोठा झाल्यावर त्यांच्यासारखा संशोधक बनण्याची प्रेरणा त्यामुळे मिळाली.)

त्या दिशेला पुढे जाण्याआधी एक गोष्ट तपासायची राहिली होती आणि ती म्हणजे तो बाक. आतापर्यंत इतके महिने तो नुसता लांबून त्याच्याकडे बघत होता. कोनशिलेकडे एकटक बघून ती वाचायचा प्रयत्न करत होता आणि 'कोनशिला बसवलेला बाक' असा त्याचा नेहमी उल्लेख करत होता, पण त्यावर नक्की काय लिहिलेलं होतं याची त्याला काहीच कल्पना नव्हती. डावीकडे आणि उजवीकडे बघून कुणी येत नसल्याची त्यानं खात्री करून घेतली. बाकाकडे धावत जाऊन आणि डोळे बारीक करून तो ते शब्द वाचू लागला. ती एक लहानशी ब्राँझची कोनशिला होती आणि ब्रूनो मनातल्या मनात वाचू लागला.

'आऊट-विथ' कँपच्या उद्घाटन प्रसंगी सप्रेम भेट,' नेहमीप्रमाणे तो नावाशी अडखळला. 'जून, एकोणीसशे चाळीस.'

त्यानं हात पुढे करून त्या ब्राँझला स्पर्श केला पण ते खूप गार असल्यानं त्यानं एक दीर्घ श्वास घेऊन हात बाजूला घेतला आणि आपल्या प्रवासाला सुरुवात केली. एका गोष्टीचा विचार तो मोठ्या मुश्किलीनं बाजूला टाकायचा प्रयत्न करत होता, तो म्हणजे आई-बाबांनी त्याला असंख्य वेळा हे बजावून सांगितलं होतं की या दिशेला अजिबात जायचं नाही आणि कुंपणाच्या किंवा कँपच्या जवळपास फिरकायला त्याला बंदी होती. या प्रकारचं संशोधन 'आऊट-विथ'ला करणं निषिद्ध होतं.

कोणत्याही अपवादाशिवाय.

एक टिंब...एक मुलगा

ब्रूनोच्या अंदाजापेक्षा कुंपणाच्या कडेकडेनं चालत जायला त्याला खूपच वेळ लागला. तो रस्ता पुढे मैलोनमैल गेल्यासारखा दिसत होता. तो चालतंच राहिला, चालतंच राहिला. जेव्हा त्यानं मागे वळून तो राहत असलेल्या घराकडे पाहिलं तेव्हा ते हळूहळू लहान होत होत पुढे गेल्यावर दिसेनासं झालं. इतका वेळ झाला तरी कुंपणाच्या जवळपास त्याला कुणीही दिसलं नाही किंवा आत जाण्यासाठी एखादं दारही दिसलं नाही. आपली शोधमोहीम बहुधा अयशस्वी ठरणार अशा निराशाजनक विचारांची त्याच्या डोक्यात गर्दी झाली. त्याची नजर जाईल तिथपर्यंत कुंपण दिसत होतं. झोपड्या, इमारती आणि गवताच्या गंजी केव्हाच मागे पडल्या होत्या आणि कुंपणाच्या पलीकडे फक्त मोकळी जागा होती.

जवळजवळ तासभर चालल्यानंतर त्याला भूक लागल्याची जाणीव व्हायला लागली आणि त्या दिवसापुरतं एवढं शोधकार्य पुरे, असा विचार करून आता घरी परतावं हे बरं असं त्यानं ठरवलं. पण नेमकं त्याच वेळी लांबवर त्याला एक टिंब दिसलं आणि ते काय आहे ते पाहण्यासाठी त्यानं डोळे बारीक केले. ब्रूनोला आठवलं, एका पुस्तकात त्यानं वाचलं होतं की एक माणूस वाळवंटात वाट चुकला होता आणि खूप दिवस त्याला काही खायला-प्यायला न मिळाल्यामुळे तिथे त्याला छान-छान रेस्टॉरंट्स आणि मोठाले झरे, कारंजी असल्याचा भास होऊ लागला. पण त्यातून तो खायला-प्यायला घ्यायचा प्रयत्न करू लागताच ते नाहीसं होत असे, फक्त

हातात वाळू उरत असे. आपल्याला तसंच काहीतरी होत असावं असं त्याला वाटायला लागलं.

पण त्याच्या मनात हा विचार येत असतानाच त्याचे पाय मात्र त्याला त्या दूरवरच्या टिंबाकडे घेऊन जात होते, जो आता ठिपक्याएवढा दिसत होता. अणि मग हळूहळू गोळ्याएवढा दिसायला लागला. आणि थोड्याच वेळात त्या गोळ्याची आकृती बनली. आणि मग जेव्हा ब्रूनो अजून जवळ गेला, त्यानं पाहिलं की ते टिंबही नाही, ठिपकाही नाही, गोळाही नाही किंवा आकृतीही नाही, पण एक व्यक्ती आहे.

खरं सांगायचं तर तो एक मुलगा होता.

ब्रूनोनं संशोधकांवरची इतकी पुस्तकं वाचली होती की त्याला हे ठाऊक होतं, शेवटी नक्की काय सापडणार आहे हे आधी कधीच कळत नसतं. बऱ्याच वेळा त्यांना अशा गोष्टी सापडत ज्या आपापल्या जागी बसलेल्या असत, स्वत:तंच मग्न असत, शोधून काढण्याच्या प्रतीक्षेत असत (जशी अमेरिका). इतर वेळी ते असं काही शोधून काढत की त्याला हात न लावणंच बरं असे (जसा कपाटाच्या मागे सापडलेला मेलेला उंदीर)

तो मुलगा पहिल्या वर्गात मोडत होता. तो आपल्या जागी बसलेला होता, स्वत:तच मग्न होता आणि शोधून काढला जाण्याची वाट बघत होता.

ते टिंब ज्याचा ठिपका झाला, ज्याचा गोळा झाला, ज्याची आकृती झाली आणि जिचा मुलगा झाला; त्याला बघून ब्रूनोची गती मंदावली. जरी ह्या दोघांमध्ये कुंपण होतं, तरी ब्रूनो हे जाणून होता की अनोळखी लोकांबाबत जितकी काळजी घेऊ तितकी कमीच असते आणि त्यांच्या जवळ जाताना नेहमी पूर्ण सावध असावं. त्यानं हळूहळू चालणं सुरू ठेवलं आणि लवकरंच ते आमने-सामने आले.

"हॅलो," ब्रूनो म्हणाला.

"हॅलो," तो मुलगा म्हणाला.

तो मुलगा ब्रूनोपेक्षा अंगानं लहानखुरा होता आणि खाली जमिनीवर दु:खी चेहऱ्यानं बसला होता. कुंपणापलीकडचे लोक घालत तसे पट्ट्या-पट्ट्यांचे कपडे त्यानंही घातले होते आणि तशीच कापडी टोपी त्याच्या डोक्यावर होती. त्याच्या पायात बूट-मोजे नव्हते आणि पाय बरेच घाणेरडे होते. त्याच्या हातावर एक पट्टी होती जिच्यावर एक तारा काढलेला होता.

✡

ब्रूनो जेव्हा तिथे पोहोचला तेव्हा तो मुलगा मांडी घालून बसला होता आणि खाली धुळीकडे पाहत होता. पण काही क्षणांनंतर त्यानं वर पाहिलं आणि ब्रूनोला त्याचा चेहरा दिसला. त्याचा चेहराही जरा विचित्रच होता. त्याच्या कातडीचा रंग राखाडी, करडा होता पण ब्रूनोला माहीत असलेल्या राखाडी रंगासारखा अजिबात नव्हता. असा रंग ब्रूनोनं पूर्वी कधीही पाहिला नव्हता. त्याचे डोळे खूपच मोठे होते आणि त्यांचा रंग साखरेच्या पाकापासून बनवलेल्या गोळ्यांसारखा होता; पांढरी बुबुळं फारच पांढरी होती आणि जेव्हा त्यानं ब्रूनोकडे पाहिलं तेव्हा ब्रूनोला इतकंच जाणवलं की खूप मोठ्ठे आणि दुःखी डोळे आपल्याकडे रोखून पाहताहेत.

इतका हडकुळा आणि दुःखी मुलगा आपण आयुष्यात बघितलेला नाही याची ब्रूनोला खात्री पटली; तरी पण त्यानं त्या मुलाशी बोलायचं ठरवलं.

"मी संशोधन करतोय." तो म्हणाला.

"खरं की काय?" तो छोटा मुलगा म्हणाला.

"हो. जवळजवळ दोन तास झाले."

हे काही तितकसं खरं नव्हतं. त्याला बाहेर पडून तासापेक्षा थोडासाच जास्त वेळ झाला होता, पण थोडी अतिशयोक्ती केल्यानं फारसं बिघडणार नाही असा त्यानं विचार केला. असं सांगणं म्हणजे खोटं बोलणं होतं असं काही नव्हतं आणि त्यामुळे उलट तो होता त्यापेक्षा जास्त धाडसी भासला असता.

"मग तुला काही सापडलं का?" मुलानं विचारलं.

"अगदी थोडं."

"काहीच नाही?"

"अं, मला तू सापडलास," क्षणभरानं ब्रूनो म्हणाला.

त्या मुलाकडे रोखून बघताना त्याच्या मनात आलं की हा एवढा दुःखी का हे त्याला विचारावं, पण तो घुटमळला कारण असं विचारणं कदाचित असभ्यपणाचं ठरलं असतं. त्याला हे माहीत होतं की दुःखी लोकांना काही वेळा असं विचारणं आवडत नाही, काही जण आपण होऊन त्याबद्दल बोलतात आणि काही वेळा काही जण महिनोनमहिने त्याबद्दल बोलायचं थांबत नाहीत, पण या वेळी त्याला असं वाटलं की काही बोलण्यापूर्वी थांबावं, वाट बघावी. त्याला त्याच्या शोधमोहिमेत काहीतरी सापडलं होतं

आणि कुंपणापलीकडच्या कुणाशी तरी त्याला बोलायची संधी मिळाली होती तिचा पुरेपूर वापर करून घेणंच शहाणपणाचं ठरलं असतं.

कुंपणाच्या त्याच्या बाजूकडच्या जमिनीवर ब्रूनो त्या मुलासारखीच मांडी घालून बसला आणि त्याला वाटलं की आपण त्याला देण्यासाठी काही चॉकलेटस् किंवा निदान केकचा तुकडा तरी आणायला हवा होता.

"कुंपणाच्या या बाजूला असलेल्या घरात मी राहतो," ब्रूनो म्हणाला.

"हो का? मी एकदा लांबून ते घर बघितलं होतं पण मला तू दिसला नाहीस."

"माझी खोली पहिल्या मजल्यावर आहे," ब्रूनो म्हणाला "मला तिथून कुंपणाच्या पलीकडचं दिसतं. बरं, ते ठीक आहे, माझं नाव ब्रूनो."

"मी श्म्यूल," तो छोटा मुलगा म्हणाला.

ब्रूनोचा चेहरा आक्रसला, तो काय बोलला हे आपल्याला नीट समजलेलं नाही असं त्याला वाटलं. "तुझं नाव काय म्हणालास?" त्यानं विचारलं.

"श्म्यूल," ही जगातली सगळ्यात स्वाभाविक गोष्ट आहे अशा आविर्भावात तो मुलगा म्हणाला. "तू तुझं नाव काय म्हणालास?"

"ब्रूनो," ब्रूनो म्हणाला.

"मी हे नाव कधीच ऐकलेलं नाही," श्म्यूल म्हणाला.

"आणि मी तुझं नाव कधी ऐकलेलं नाही," ब्रूनो म्हणाला. "श्म्यूल." त्यानं त्याबाबत विचार केला "श्म्यूल," त्यानं पुनरुच्चार केला. "मला ते उच्चारण्याची पद्धत आवडली. श्म्यूल. वारा वाहतोय असं वाटतं हे नाव घेतल्यावर."

"ब्रूनो" आनंदानं मान हलवत श्म्यूल म्हणला. "हो, मलाही तुझं नाव आवडलं. ऊब येण्यासाठी हात एकमेकांवर चोळल्यासारखं वाटतं."

"मी यापूर्वी श्म्यूल नावाच्या कुणालाही भेटलेलो नाही," ब्रूनो म्हणाला.

"कुंपणाच्या या बाजूला डझनावारी श्म्यूल आहेत," तो लहान मुलगा म्हणाला. "शंभर एक असतील. मला माझं नाव काहीतरी वेगळं असावं असं वाटतं."

"मी अजूनपर्यंत ब्रूनो नावाच्या कुणाला भेटलेलो नाही," ब्रूनो म्हणाला. "अर्थात मी सोडून. मला वाटतं मी एकटाच असेन."

"मग तू नशीबवान आहेस," श्म्यूल म्हणाला.

"मलाही तसंच वाटतय. तू किती वर्षांचा आहेस?" त्यानं विचारलं.

श्म्यूलनं जरा विचार केला, आपल्या बोटांकडे पाहिलं आणि हवेत त्यांची उघड-मीट करून काहीतरी हिशोब केला. ''नऊ वर्षांचा'' तो म्हणाला. ''माझा जन्मदिवस पंधरा एप्रिल एकोणीसशे चौतीस आहे.''

ब्रूनो अत्यंत आश्चर्याने त्याच्याकडे बघतच राहिला. ''काय म्हणालास?'' त्यानं विचारलं.

''मी म्हणालो, माझा जन्मदिवस पंधरा एप्रिल एकोणीसशे चौतीस आहे.''

ब्रूनोचे डोळे विस्फारले, ओठांचा चंबू झाला. ''माझा विश्वास बसत नाही,'' तो म्हणाला.

''का बरं?'' श्म्यूलनं विचारलं

''नाही,'' आपली मान पटकन हलवत ब्रूनो म्हणाला. ''मला असं म्हणायचं नाही की माझा तुझ्यावर विश्वास नाही. मला म्हणायचंय की मला आश्चर्य वाटतय बाकी काही नाही. कारण माझा जन्मही पंधरा एप्रिललाच झाला. आणि एकोणीसशे चौतीस सालीच झाला. आपण एकाच दिवशी जन्मलो.''

श्म्यूलनं त्याच्या बोलण्यावर विचार केला. ''म्हणजे तू पण नऊ वर्षांचा आहेस,'' तो म्हणाला.

''हो, हे जरा विचित्रंच आहे ना?''

''फारंच विचित्र,'' श्म्यूल म्हणाला. ''कारण या बाजूला डझनावारी श्म्यूल असले तरी माझ्या जन्मदिवशीच जन्म झालेला मला कुणीच भेटला नाही.''

''आपण जुळ्या भावंडांसारखे आहोत,'' ब्रूनो म्हणाला.

''हो, थोडे फार,'' श्म्यूलनं सहमती दर्शवली.

ब्रूनोला एकदम खूप आनंद झाला. त्याला कार्ल, डॅनिएल आणि मार्टिनची खूप आठवण आली, ते त्याचे आयुष्यभरासाठीचे मित्र होते. बर्लिनच्या घरी असताना ते सगळे मिळून किती धमाल करत असत हेही त्याला आठवलं. आणि आता 'आऊट-विथ' ला तो किती एकटा पडला आहे, याची जाणीव झाली.

''तुला खूप मित्र आहेत?'' आपली मान कलती करून त्याच्या उत्तराची वाट बघत ब्रूनो म्हणाला.

''हो, म्हणजे तसं पाहिलं तर आहेत,'' श्म्यूल म्हणाला.

ब्रूनो विचारात पडला. त्याला अशी आशा वाटत होती की तो नाही म्हणेल आणि अजून एका गोष्टीत दोघांची बरोबरी होईल.

"जवळचे मित्र?" त्यानं विचारलं.

"फार काही जवळचे नाहीत," श्म्यूल म्हणाला. "इकडे आम्ही खूप मुलं आहोत - म्हणजे माझ्या वयाची. (कुंपणाच्या या बाजूला.) पण आम्ही बराच वेळ भांडण्यात घालवतो. म्हणून मी इथे येऊन बसतो. मला जरा एकटं रहायला बरं वाटतं."

"हे बरोबर नाही," ब्रूनो म्हणाला. "मला इथे कारण नसताना कुंपणाच्या या बाजूला अडकून रहावं लागतं. इथे कुणी बोलायला आणि खेळायला नाही आणि तुला मात्र डझनभर मित्र आहेत. तुम्ही तासनतास रोज खेळत असाल. मला याबाबत बाबांशी बोललंच पाहिजे."

"तू कुठून आला आहेस?" आपले डोळे बारीक करून कुतूहलानं ब्रूनोकडे बघत श्म्यूलनं विचारलं.

"बर्लिन"

"हे कुठे आहे?"

ब्रूनोनं उत्तर द्यायला तोंड उघडलं पण त्याला उत्तराची नेमकी खात्री वाटेना. "अर्थात ते जर्मनीत आहे," तो म्हणाला. "तू जर्मनीतून नाही आलास?"

"नाही. मी पोलंडचा आहे," श्म्यूल म्हणाला.

ब्रूनो पुन्हा विचारात पडला. "मग तू जर्मन कसं काय बोलतोस?" त्यानं विचारलं.

"कारण तू मला जर्मनमध्ये 'हॅलो' केलंस. म्हणून मी जर्मनमध्ये उत्तर दिलं. तू पोलीश बोलतोस का?"

"नाही," ओशाळवाणं हसून ब्रूनो म्हणाला. "दोन भाषा बोलू शकणारं मला कुणीच माहीत नाही. आणि खास करून आपल्या वयाचं तर नाहीच नाही."

"माझी आई माझ्या शाळेत शिक्षिका आहे, तिनं मला जर्मन शिकवलं," श्म्यूलनं खुलासा केला. "ती फ्रेंच बोलते आणि इटालियन आणि इंग्लिश. ती खूप हुशार आहे. मला अजून फ्रेंच आणि इटालियन बोलता येत नाही, पण ती मला एक दिवस इंग्लिश शिकवायला सुरुवात करणार आहे. कारण मला कदाचित त्याची गरज पडेल."

"पोलंड," विचारपूर्वक तो शब्द जिभेवर घोळवत ब्रूनो म्हणाला. "जर्मनी इतका हा शब्द चांगला वाटत नाही, नाही का?"

शम्यूलच्या कपाळावर आठ्या पडल्या, "का बरं नाही?" त्यानं विचारलं.

"कारण जर्मनी सगळ्या देशांमध्ये श्रेष्ठ आहे," ब्रूनोनं त्याच्या बाबांना आजोबांशी असं काहीतरी बोलताना ऐकलं होतं, ते त्याला आठवलं. "आम्ही श्रेष्ठ आहोत."

शम्यूल त्याच्याकडे बघत राहिला पण तो काहीच बोलला नाही, आणि ब्रूनोला हा विषय बदलण्याची तीव्र इच्छा झाली कारण तो जेव्हा हे शब्द उच्चारत होता तेव्हाच आपण काहीतरी चुकीचं बोलल्याची जाणीव त्याला झाली होती. सगळ्यात महत्त्वाचं म्हणजे शम्यूलनं त्याच्याबद्दल वाईट मत करून घेतलेलं त्याला सहन झालं नसतं.

"हे पोलंड आहे तरी कुठे?" काही क्षण शांततेत गेल्यावर त्यानं विचारलं.

'ते युरोपमध्ये आहे," शम्यूल म्हणाला.

हर लिस्झ्टनं एवढ्यातच शिकवलेला भूगोल आठवून तो वेगवेगळ्या देशांच्या नावांची उजळणी करू लागला. "तू कधी डेन्मार्कचं नाव ऐकलं आहेस का?"

"नाही," शम्यूल म्हणाला.

"मला वाटतं पोलंड डेन्मार्कमध्ये आहे," शहाणपणाचा आव आणता आणता आणखीनच गोंधळलेला ब्रूनो म्हणाला. "कारण ते खूप मैल लांब आहे." आपला मुद्दा जास्त स्पष्ट करत तो म्हणाला.

शम्यूलनं त्याच्याकडे क्षणभर बघितलं आणि दोनदा बोलण्यासाठी तोंड उघडलं आणि दोनदा मिटलं, तो शब्दांची नीट जुळवाजुळव करत होता. "पण हेच पोलंड आहे." शेवटी तो बोलला.

"खरं का?"

ब्रूनोनं विचारलं.

"हो, आणि पोलंड-जर्मनी या दोहोंपासून डेन्मार्क कितीतरी दूर आहे."

ब्रूनो विचारात पडला. या सगळ्या ठिकाणांबद्दल त्यानं ऐकलं तर होतं पण ते सगळं नीट लक्षात ठेवणं त्याला कठीण जात असे. "हो, ते ठीक आहे," तो म्हणाला. "पण हे सगळं फार सापेक्ष असतं, नाही का? म्हणजे अंतर वगैरे." या विषयाला पूर्णविराम देण्याची त्याला अतीव इच्छा

झाली कारण त्याला असं वाटायला लागलं होतं की तो संपूर्ण चुकीचं बोलतो आहे. त्यानं मनाशीच एक निश्चय केला, भविष्यात भूगोलाच्या तासाला जास्त नीट लक्ष द्यायचं.

"मी कधीच बर्लिनला गेलो नाही," श्म्यूल म्हणाला.

"आणि इथे येण्यापूर्वी मी पण कधी पोलंडला गेलो नाही, असं मला वाटतं," ब्रूनो म्हणाला आणि ते खरंच होतं कारण तो यापूर्वी गेला नव्हता. "म्हणजे, जर का 'हे' खरंच पोलंड असेल तर."

"मला खात्री आहे की हेच आहे," श्म्यूल शांतपणे म्हणाला. "तरी हा काही त्याचा फारसा चांगला भाग नाही."

"नाही."

"मी जिथून आलो तो भाग जास्त छान आहे."

"पण तरी बर्लिनएवढा चांगला नसेल," ब्रूनो म्हणाला. "बर्लिनला आमचं घर खूप मोठं होतं. तळघर आणि खिडकी असलेली वरच्या मजल्यावरची छोटी खोली धरली तर पाच मजली होतं. आणि तिथे सुंदर रस्ते, दुकानं, भाजी-फळांची दुकानं आणि खूप कॉफी-शॉप्स होती. पण तू जर का तिथे कधी गेलास तर मी तुला शनिवारी दुपारी शहरात भटकायचा सल्ला देणार नाही कारण त्यावेळी तिथे लोकांची खूप गर्दी असते आणि तुम्हाला इकडून तिकडून धक्के खावे लागतात. परिस्थिती बदलण्याच्या आधी तिथे जास्त चांगलं होतं."

"म्हणजे तुला काय म्हणायचंय?" श्म्यूलनं विचारलं.

"म्हणजे, आधी तिथे खूप शांतता असायची," ब्रूनोनं सांगितलं. झालेल्या बदलांविषयी बोलण्याची त्याची इच्छा नव्हती. "मला रात्री पडल्या-पडल्या वाचता यायचं. पण आता कधी कधी खूप गोंगाट असतो आणि भीतीही वाटते. रात्री अंधार पडायला सुरुवात झाली की आम्हाला सगळे दिवे घालवावे लागतात."

"मी जिथून आलो ते बर्लिनपेक्षा नक्कीच छान आहे," श्म्यूल म्हणाला, तो कधीच बर्लिनला गेलेला नव्हता. "तिथे सगळ्यांची एकमेकांशी चांगली मैत्री आहे. आमच्या कुटुंबात खूप लोक आहेत आणि जेवणही खूप चांगलं असतं."

"बरं, आपण एकमेकांशी सहमत नाही यावर तर आपलं एकमत आहे," ब्रूनो म्हणाला. त्याला आपल्या नव्या मित्राशी भांडत बसायचं नव्हतं.

“ठीक आहे,” श्म्यूल म्हणाला.

“तुला संशोधन करायला आवडतं?” एक क्षण थांबून ब्रूनोनं विचारलं.

“मी कधी असं काही केलेलं नाही,” श्म्यूल म्हणाला.

“मी मोठा झाल्यावर संशोधक होणार आहे,” ब्रूनो जोरात मान हलवत म्हणाला. “सध्या मी संशोधकांविषयी वाचण्याशिवाय जास्त काही करू शकत नाही. पण ते वाचल्यामुळे मी जेव्हा संशोधक होईन तेव्हा त्यांनी केलेल्या चुका मी टाळू शकेन.”

श्म्यूलनं आठ्या घातल्या. “कुठल्या चुका?” त्यानं विचारलं.

“अरे, बऱ्याच आहेत,” ब्रूनोनं खुलासा केला. “संशोधनाबद्दल एक गोष्ट अशी आहे की तुम्ही जे शोधून काढलं ते त्या योग्यतेचं आहे की नाही हे तुम्हाला माहीत पाहिजे. काही गोष्टी अशा असतात की त्या नुसत्या आपल्या जागी बसलेल्या असतात, स्वत:तच मग्न असतात, शोधून काढण्याची वाट बघत. जशी अमेरिका. आणि इतर गोष्टी अशा असतात की त्यांच्या वाटेला न गेलेलंच बरं असतं. जसा कपाटाच्या मागे असलेला मेलेला उंदीर.”

“मला वाटतं मी पहिल्या वर्गात मोडतो,” श्म्यूल म्हणाला.

“हो, मलाही तसंच वाटतं,” ब्रूनो म्हणाला. “मी तुला काही विचारू का?” त्यानं थोडं थांबून विचारलं.

“हो,” श्म्यूल म्हणाला.

ब्रूनोनं जरा विचार केला. त्याला योग्य शब्दात आपला प्रश्न विचारायचा होता.

“कुंपणाच्या त्या बाजूला एवढी माणसं का आहेत?” त्यानं विचारलं. “आणि तुम्ही सगळे तिकडे काय करता?”

फ्यूरी

काही महिने आधी बाबांना जेव्हा गणवेश मिळाला होता आणि सगळ्यांनी त्यांना 'कमाण्डण्ट' म्हणून हाक मारायची ठरली, त्यापूर्वी आणि जेव्हा ब्रूनो घरी आला होता तेव्हा त्यानं मारियाला सामानाची बांधाबांध करताना पाहिलं होतं, त्याच्याही आधी, एका संध्याकाळी बाबा खूप उत्साहात घरी आले. ते खरं तर त्यांच्या स्वभावाविरुद्ध होतं. दिवाणखान्यात आई, ग्रेटेल आणि ब्रूनो वाचत बसले होते. तिथे ते आले.

"गुरुवारी रात्री," त्यांनी जाहीर केलं. "जर गुरुवारी रात्रीसाठी आपण काही बेत ठरवला असेल, तर तो आपल्याला रद्द करावा लागेल."

"तुम्हाला तुमचे बेत बदलायचे असतील तर बदला," आई म्हणाली, "पण मी ठरवलं आहे की नाटकाला जायचं..."

"फ्यूरीला कशाविषयी तरी माझ्याशी चर्चा करायची आहे," बाबा म्हणाले, आईचं बोलणं मध्ये तोडणं इतर कुणाला शक्य नसलं तरी त्यांना मात्र होतं. "मला आज दुपारीच फोन आला. त्यांना फक्त गुरुवारी संध्याकाळीच वेळ आहे आणि ते स्वतःच जेवायला येतो म्हणाले."

आईचे डोळे विस्फारले तिनं तोंडाचा चंबू केला. ब्रूनोनं तिच्याकडे पाहिलं आणि आपण आश्चर्यचकित झाल्यावर जेव्हा असं तोंड करतो तेव्हा कसे दिसत असू असा विचार त्याच्या मनात आला.

"तुम्ही चेष्टा करत आहात," आईचा चेहरा पांढराफटक पडला. "ते इथे येताहेत? आपल्या घरी?"

बाबांनी मान डोलवली. "सात वाजता," ते म्हणाले. "आपल्याला जेवणासाठी काहीतरी खास बेत ठरवला पाहिजे."

"अरे बापरे," आई पापण्यांची उघडझाप करत म्हणाली. त्याच्या स्वागतासाठी काय काय तयारी करावी लागेल याची तिच्या मनात उजळणी सुरू झाली.

"हे फ्यूरी कोण?" ब्रूनोनं विचारलं.

"तू चुकीचा उच्चार करतोएस," बाबा म्हणाले, त्यांनी बरोबर उच्चार करून दाखवला.

"द फ्यूरी," बरोबर उच्चाराचा प्रयत्न करत ब्रूनो पुन्हा म्हणाला, पण त्याला काही ते जमलं नाही.

"नाही," बाबा म्हणाले, "द....बरं जाऊ दे!"

"ठीक आहे, पण ते आहेत तरी कोण?" ब्रूनोनं परत विचारलं. बाबा आश्चर्यानं त्याच्याकडे पाहतच राहिले. "तुला फ्यूरी कोण हे पक्कं माहीत आहे," ते म्हणाले.

"नाही बुवा," ब्रूनो म्हणाला.

"मूर्खा, ते हा देश चालवतात," ग्रेटेल म्हणाली. असा आगाऊपणा फक्त बहिणींनाच जमतो. (हे असं वागणंच तिचं 'वाया गेलेली ढ मुलगी' हे नाव सार्थ करायला कारणीभूत ठरलं होतं.) "तू कधी पेपर वाचत नाहीस का?"

"आपल्या भावाला मूर्ख म्हणू नये," आई म्हणाली.

"मग मी त्याला वेडपट म्हणू शकते का?"

"मला वाटतं की, नाही."

ग्रेटेल हिरमुसली होऊन खाली बसली, पण तरीही तेवढ्यात तिनं आपली जीभ काढून ब्रूनोला दाखवली.

"ते एकटेच येणार आहेत का?" आईनं विचारलं.

"मी विचारायचं विसरलो," बाबा म्हणाले. "पण मला वाटतं की ते 'तिला' बरोबर आणतील."

"अरे बापरे," आई पुन्हा म्हणाली, आणि उभी राहून असंख्य कामांची मनातल्या मनात उजळणी करायला लागली, कारण गुरुवारची संध्याकाळ उजाडायला आता फक्त दोन दिवस बाकी होते. वरपासून खालपर्यंत घर स्वच्छ करावं लागणार होतं, खिडक्या धुवाव्या लागणार होत्या, जेवणाचं

टेबल घासून-पुसून चकचकीत करावं लागणार होतं, जेवण मागवावं लागणार होतं, बटलरचा आणि मोलकरणींचे गणवेश धुवून इस्त्री करवून घ्यावे लागणार होते आणि जेवताना वापरायची भांडी, डिशेस, ग्लासेस चमकायला लागेपर्यंत पुसायला लागणार होते.

कामांची यादी मारुतीच्या शेपटासारखी नेहमीच लांबत असे पण कसं कोण जाणे, आई नेहमी अगदी वेळेत सगळी कामं पूर्ण करत असे. तरी काम करताना ती पुटपुटत असे की 'काही लोकांनी' जर घरकामात थोडी मदत केली असती तर ती संध्याकाळ अजून उत्तम रीतीनं पार पाडू शकली असती.

फ्यूरी येण्याच्या आधी तासभर ग्रेटेल आणि ब्रूनोला खाली बाबांच्या ऑफीसमध्ये बोलवण्यात आलं, ही अतिशय दुर्मीळ गोष्ट होती. ग्रेटेलनं पांढरा शुभ्र फ्रॉक घातला होता आणि गुडघ्यापर्यंत मोजे घातले होते. तिच्या केसांना कुरळं वळण दिलं गेलं होतं. ब्रूनोनं गडद तपकिरी रंगाची अर्धी पँट, पांढरा शर्ट आणि त्यावर गडद तपकिरी टाय घातला होता. या प्रसंगासाठी त्याला खास नवीन बूट मिळाले होते आणि ते घालून तो मोठ्या अभिमानानं मिरवत होता. खरं म्हणजे ते जरा लहान मापाचे होते आणि त्याला चावत होते, त्यामुळे चालताना त्याला त्रास होत होता. ही सगळी तयारी आणि नवीन कपडे, हा थाटमाट जरा अनाठायीच वाटत होता कारण त्यांनी जेवायच्या वेळी खाली यायचं नव्हतं. त्यांचं जेवण एक तास आधीच उरकून घेण्यात आलं होतं.

''आता मुलांनो,'' आपल्या टेबलजवळ बसलेले बाबा दोघांकडे आळीपाळीनं बघत म्हणाले. ''तुम्हाला हे माहीत आहे की ही संध्याकाळ आपल्यासाठी खास आहे, हो की नाही?''

त्यांनी माना डोलवल्या.

''माझ्या कारकिर्दीच्या दृष्टीनं आजची संध्याकाळ सुखरूप पार पडणं ही खूप महत्त्वाची गोष्ट आहे.''

त्यांनी पुन्हा माना डोलवल्या.

''मग त्यासाठी आधी आपल्याला काही नियम बनवावे लागतील.'' बाबांचा नियम बनवण्यावर खूप विश्वास होता. घरात एखादा खास महत्त्वाचा समारंभ असेल तर बरेच नवीन नवीन नियम तयार होत असत.

''नंबर एक,'' बाबा म्हणाले. ''जेव्हा फ्यूरी येतील तेव्हा तुम्ही हॉलमध्ये

निमूटपणे उभं रहायचं आणि त्यांना अभिवादन करण्याची तयारी करायची. ते तुमच्याशी बोलेपर्यंत तुम्ही तोंड उघडायचं नाही आणि उत्तर देताना आवाज मोकळा, उच्चार स्पष्ट असायला हवेत. कळतंय का?''

"हो बाबा," ब्रूनो पुटपुटला.

"हे असं अजिबात घडता कामा नये," ब्रूनोच्या पुटपुटण्याचा संदर्भ घेत बाबा म्हणाले. "आपलं तोंड नीट उघडून मोठ्या माणसांसारखं बोला. लहान मुलांसारखं वागलेलं मुळीच खपवून घेतलं जाणार नाही. जर फ्यूरीनं तुमच्याकडे दुर्लक्ष केलं तर तुम्ही काहीच बोलायचं नाही, सरळ समोर बघत रहायचं आणि त्यांचा आदर करायचा. या मोठ्या लोकांचा योग्य तो मान राखला गेला पाहिजे."

"हो बाबा," अगदी स्वच्छ आवाजात ग्रेटेल म्हणाली.

"आणि जेव्हा आई आणि मी जेवायच्या खोलीत असू तेव्हा तुम्ही गुपचूप आपापल्या खोल्यांमध्ये बसून रहायचं. इकडे तिकडे पळापळी नाही, कठड्यांवरून घसरायचं नाही." हे बोलताना बाबांनी ब्रूनोकडे रोखून पाहिलं. "आणि आम्हाला मध्येमध्ये त्रास द्यायचा नाही. समजलं का? दोघांपैकी कुणीही गडबड गोंधळ केलेला चालणार नाही."

ब्रूनो आणि ग्रेटेलनं मान डोलवली. बोलणं आता संपलेलं आहे हे दर्शवण्यासाठी बाबा उठून उभे राहिले.

"मग, हे नियम आता ठरले," ते म्हणाले.

जवळजवळ पाऊण तासानंतर दाराची घंटी वाजली आणि घरात एकदम उत्साह संचारला. ब्रूनो आणि ग्रेटेलनं जिन्याजवळ आपापल्या जागा घेतल्या आणि आईही त्यांच्याजवळ उभी राहिली, ती अस्वस्थपणे हात हलवत होती. बाबांनी त्यांच्यावर एक नजर फिरवली आणि समाधानानं मान हलवली, त्यांना पाहून ते खूश झालेले दिसले. मग त्यांनी दार उघडलं.

बाहेर दोन माणसं उभी होती : एक लहानखुरा पुरुष आणि एक उंच स्त्री.

बाबांनी त्यांना सलाम ठोकला आणि घरात घेतलं, जिथे नेहमीपेक्षा जास्तच डोकं खाली झुकवलेल्या मारियानं त्यांचे कोट घेतले आणि मग ओळख करून देण्याचा कार्यक्रम झाला. ते आधी आईशी बोलले, तेव्हा ब्रूनोला पाहुण्यांचं नीट निरीक्षण करण्याची संधी मिळाली. ज्यांच्यासाठी घरभर एवढी तयारी चालली होती, धांदल चालली होती ते पाहुणे आहेत तरी कसे हे त्यानं निरखून पाहिलं.

फ्यूरी बाबांपेक्षा बरेच बुटके होते. तेवढे सशक्तही नव्हते, ब्रूनोला वाटलं की त्यांचे केस गडद रंगाचे होते आणि खूप छोटे कापलेले होते. छोटीशी मिशी होती - ती इतकी छोटी होती की त्यांनी ती का राखली होती याचं कोडं पडावं किंवा असं वाटत होतं की दाढी करताना तो भाग चुकून तसाच राहून गेला असावा. त्यांच्या शेजारी उभी असलेली बाई मात्र खूप सुंदर होती. ब्रूनोनं आपल्या आयुष्यात यापूर्वी इतकी सुंदर बाई कधीच पाहिली नव्हती. तिचे केस सोनेरी होते आणि ओठ गडद लाल रंगाचे होते. जेव्हा फ्यूरी आईशी बोलत होते ती ब्रूनोकडे वळली आणि हसली; ब्रूनो लाजून अगदी लालेलाल झाला.

"आणि ही माझी मुलं, फ्यूरी," बाबा म्हणाले आणि ग्रेटेल - ब्रूनो एक पाऊल पुढे झाले. "ग्रेटेल आणि ब्रूनो."

"आणि दोघांपैकी कोण, कोण आहे?" फ्यूरी असं म्हणाल्यावर सगळेजण हसले, पण ब्रूनो हसला नाही. त्याला वाटलं की ग्रेटेल कोण आणि ब्रूनो कोण हे सांगण्याची काही गरज नव्हती आणि ह्या गोष्टीला विनोद समजण्याचीही गरज नव्हती. फ्यूरीनं आपला हात पुढे केला आणि त्यांचे हात हातात घेऊन अभिवादन केलं. ग्रेटेलनं जसा सराव केला होता तसं काळजीपूर्वक पुढे झुकून ते स्वीकारलं. पण तिचा अंदाज चुकला आणि ती जवळजवळ धडपडलीच, हे पाहून ब्रूनोला आनंदाच्या उकळ्या फुटल्या.

"किती गोड मुलं आहेत," ती सुंदर, सोनेरी केसांची बाई म्हणाली. "तुमचं वय काय बाळांनो?"

"मी बारा वर्षांची आहे, तो फक्त नऊ वर्षांचा आहे," आपल्या भावाकडे तुच्छतेचा कटाक्ष टाकत ग्रेटेल म्हणाली. "आणि मला फ्रेंच पण बोलता येतं." तिनं पुस्ती जोडली, खरं म्हणजे तिला शाळेमध्ये काही वाक्यं शिकवली गेली होती तरी ती फार खरं बोलत नव्हती.

"हो, पण तुला त्याची आवश्यकता काय?" फ्यूरीनं विचारलं, पण यावेळी कुणी हसलं नाही. उलट ते अस्वस्थपणे चुळबुळत उभे राहिले आणि ग्रेटेल त्यांच्याकडे पाहत राहिली. त्यांना उत्तर अपेक्षित आहे की नाही या संभ्रमात ती पडली होती.

पण या प्रकरणाचा सोक्षमोक्ष ताबडतोब लागला कारण फ्यूरी मागे वळले आणि तडक जेवणाच्या खोलीत गेले आणि सरळ जाऊन मुख्य खुर्चीत बसले. बाबांच्या खुर्चीत! एकही शब्द न बोलता घराच्या मालकाच्या

खुर्चीत जाऊन बसणारा इतका मग्रूर पाहुणा ब्रूनोनं यापूर्वी बघितला नव्हता. जरासे गोंधळलेले आई-बाबा त्यांच्या मागोमाग आत गेले आणि सूप गरम करायला ठेवण्याची सूचना आईनं लार्सला केली.

"मी सुद्धा फ्रेंच बोलू शकते," ती सोनेरी केसांची सुंदर बाई म्हणाली आणि दोघांकडे वाकून हसत हसत बघू लागली. आई आणि बाबा फ्यूरीला जितकं घाबरत होते तितकी ती घाबरत नव्हती. "फ्रेंच ही खूप सुंदर भाषा आहे आणि तुम्ही ती शिकता म्हणजे तुम्ही खूप हुशार असला पाहिजे."

"इव्हा," फ्यूरी पलीकडच्या खोलीतून गरजले. ते चुटक्या वाजवत होते, जणू काही ती म्हणजे एक पाळीव कुत्री होती. त्या बाईने डोळे मोठे केले, सरळ झाली आणि मागे फिरली.

"तुझे बूट मला आवडले, ब्रूनो, पण ते तुला जरा घट्ट होताएत का," ती हसून म्हणाली. "जर तसं असेल तर तू तुझ्या आईला सांगितलं पाहिजेस, नाहीतर तुला जखमा होतील."

"ते जरा घट्ट आहेत," ब्रूनोनं कबुली दिली.

"मी माझे केस नेहमी कुरळे करून घेत नाही," आपल्या भावाला मिळणारं महत्त्व सहन न होऊन असूयेनं ग्रेटेल म्हणाली.

"पण का करत नाहीस?" त्या बाईनं विचारलं. "ते तुला खूप छान दिसतात."

"इव्हा," दुसऱ्यांदा फ्यूरी गरजले. यावेळी मात्र ती तिथून निघाली.

"तुम्हाला भेटून मला फार छान वाटलं," जेवणाच्या खोलीत पाय ठेवण्यापूर्वी ती मुलांना म्हणाली आणि फ्यूरीच्या डाव्या हाताला जाऊन बसली. ग्रेटेल जिन्याकडे जायला निघाली पण ब्रूनो तिथेच खिळल्यासारखा उभा राहिला. तो त्या सुंदर बाईकडेच बघत राहिला, मग तिनं त्याच्याकडे पाहून हात हलवला. तेवढ्यात बाबा आले आणि मानेनंच त्याला निघायची खूण करत त्यांनी दार लावून घेतलं. ते पाहून ब्रूनो मनोमन समजला की आता खोलीत जाण्याची, गप्प बसून राहण्याची, कोणताही आवाज न करण्याची आणि कठड्यावरून घसरगुंडी न खेळण्याची वेळ झालेली आहे.

फ्यूरी आणि इव्हा जवळजवळ दोन तास तिथे थांबले आणि त्यांचा निरोप घेण्यासाठी ग्रेटेल किंवा ब्रूनोला खाली बोलवण्यात आलं नाही. ब्रूनोनं आपल्या खोलीच्या खिडकीतून त्या दोघांना निघताना पाहिलं. त्याला हेही दिसलं की ते जेव्हा त्यांच्या गाडीजवळ गेले, (त्या गाडीला शोफर

होता याची ब्रूनोवर फारच छाप पडली.) तेव्हा फ्यूरीनं इव्हासाठी दरवाजा उघडला नाही आणि त्याऐवजी ते स्वतःच आधी चढून बसले आणि वर्तमानपत्र वाचू लागले. तिनं मात्र आईचा पुन्हा एकदा निरोप घेतला आणि जेवणाबद्दल तिचे आभार मानले.

"काय भयंकर माणूस आहे," ब्रूनोच्या मनात विचार आला.

त्या रात्री उशिरा आई-बाबांच्या संभाषणामधले काही तुकडे ब्रूनोला ऐकू आले. काही शब्द बाबांच्या ऑफीसच्या दाराखालून किंवा की-होलमधून तरंगत तरंगत जिना चढून आणि कठड्याला वळसा घालून ब्रूनोच्या खोलीच्या दाराखालून आत आले. त्यांचे आवाज नेहमीपेक्षा चढलेले होते आणि ब्रूनोला त्यातलं थोडंथोडंच ऐकू आलं.

"....बर्लिन सोडायचं. आणि त्या तसल्या जागेसाठी....," आई म्हणत होती.

"....काही इलाज नाही,आपल्याला जर हे कायम चालू ठेवायचं असेल तर....." बाबा म्हणाले.

"....जणू काही ती जगातली सगळ्यात स्वाभाविक गोष्ट आहे. पण ती नाहीए, अजिबात नाहीए...." आई म्हणाली.

"....मला जर घेऊन गेले आणि ....असं वागवलं तर काय होईल?" बाबा म्हणाले.

"....त्यांनी त्या तसल्या जागी मोठं व्हावं अशी अपेक्षा...." आई म्हणाली.

"....आणि हा विषय इथेच संपला. यावर आता मला एक शब्दही ऐकून घ्यायचा नाही," बाबा म्हणाले.

हा बहुतेक संभाषणाचा शेवट असावा कारण आई बाबांच्या ऑफीसमधून बाहेर पडली आणि ब्रूनोला झोप लागली.

त्यानंतर काही दिवसांनीच तो जेव्हा शाळेतून परत आला तेव्हा त्यानं मारियाला त्याच्या खोलीत पाहिलं. ती त्याचं सामान कपाटातून उपसून काढत होती आणि चार लाकडी खोक्यांमधून भरत होती, अगदी त्याच्या खाजगी वापराच्या वस्तू ज्या त्यानं कप्प्यात मागे लपवून ठेवल्या होत्या आणि कुणाला त्यांना हात लावण्याचा अधिकार नव्हता अशासुद्धा. इथून पुढे मग ही कहाणी सुरू झाली.

ब्रूनोचा प्रश्न

"मला एवढंच माहिती आहे," श्म्यूलनं सांगायला सुरुवात केली. "इथे येण्यापूर्वी आम्ही म्हणजे मी, माझी आई, माझे वडील आणि माझा भाऊ जोसेफ एका फ्लॅटमध्ये रहायचो. माझ्या बाबांचं घड्याळं बनवण्याचं दुकान आहे. त्याच्याचवर आमचं घर होतं. रोज सकाळी सात वाजता आम्ही एकत्र नाश्ता करायचो. आम्ही शाळेत गेलो की लोकांनी दुरुस्तीला आणून दिलेली घड्याळं बाबा दुरुस्त करत बसायचे आणि नवीन घड्याळं सुद्धा बनवायचे. त्यांनी मला पण एक सुंदर घड्याळ बनवून दिलं होतं, पण आता ते माझ्याजवळ नाही. ते सोनेरी रंगाचं होतं. मी रोज रात्री झोपायला जाण्याआधी त्याला किल्ली द्यायचो आणि ते नेहमीच बरोबर वेळ दाखवायचं."

"मग त्याचं पुढे काय झालं?" ब्रूनोनं विचारलं.

"त्यांनी ते काढून घेतलं," श्म्यूल म्हणाला.

"कुणी?"

"अर्थात सैनिकांनी," जणू काही हे तर शाश्वत सत्य आहे अशा थाटात श्म्यूल म्हणाला.

"आणि एक दिवस सगळ्या गोष्टी बदलायला लागल्या," तो पुढे म्हणाला. "मी त्या दिवशी शाळेतून घरी आलो तेव्हा माझी आई एका खास कापडापासून हाताला बांधायच्या पट्ट्या बनवत होती आणि त्यांच्यावर ताऱ्याचं चित्रं काढत होती. हे असं," जमिनीवरच्या धुळीत त्यानं बोटानं चित्र काढून दाखवलं.

✡

"जेव्हा जेव्हा आम्ही घराबाहेर पडू तेव्हा एक पट्टी हाताला बांधत जा, असं ती आम्हाला बजावत असे."

"माझे बाबा पण एक पट्टी बांधतात," ब्रूनो म्हणाला. "त्यांच्या गणवेशावर. ती खूप छान आहे. लाल भडक रंगावर काळं-पांढरं चित्र आहे," त्यानं आपल्या बाजूच्या जमिनीवर बोटानं धुळीत एक चित्र काढलं.

卐

"दोन्ही चित्रं वेगवगळी आहेत, हो की नाही?" श्म्यूल म्हणाला.

"मला कुणीच कधी अशी पट्टी दिली नाही," ब्रूनो म्हणाला.

"पण मी कुणाला अशी पट्टी मागितली नाही," श्म्यूल म्हणाला.

"मला अशी एखादी पट्टी बांधायला आवडेल. पण कोणती जास्त आवडेल, तुझी की बाबांची, माहीत नाही."

श्म्यूलनं मान हलवली आणि आपली गोष्ट पुढे चालू केली. घड्याळ्याच्या दुकानाच्या वरच्या घराची आठवण आली की त्याला खूप वाईट वाटत असे, त्यामुळे तो शक्यतो या गोष्टींचा विचार करत नसे.

"काही महिने आम्ही या पट्ट्या वापरल्या," तो म्हणाला.

"आणि मग परिस्थिती अजून बदलली. एक दिवस मी घरी आलो, तर आई म्हणाली की आपल्याला आता या घरात राहता येणार नाही..."

"अरे, माझंही असंच झालं होतं!" ब्रूनो ओरडला, जबरदस्तीनं घर सोडावं लागणारे आपण एकटेच नाही या गोष्टीचा त्याला खूप आनंद झाला. "फ्यूरी जेवायला आले, कळलं का, आणि लगेचंच आम्ही इकडे आलो. मला इथे मुळीच आवडत नाही," तो जोरात ओरडून म्हणाला. "ते तुझ्याही घरी आले होते का? आणि मग असं घडलं का?"

"नाही, पण आम्ही आमच्या घरात यापुढे राहू शकणार नाही, असं आम्हाला सांगितलं गेलं आणि क्रॅकोवच्या दुसऱ्या भागात आम्हाला जावं लागलं, तिथे सैनिकांनी एक मोठ्ठी भिंत बांधली आणि माझी आई आणि बाबा आणि माझा भाऊ आणि मी, सगळ्यांना एकाच खोलीत रहावं लागलं."

"तुम्ही सगळे? एकाच खोलीत?" ब्रूनोनं विचारलं.

"फक्त आम्हीच नाही काही," श्म्यूल म्हणाला. "तिथे अजून एक कुटुंब होतं. त्यातले आई-वडील एकमेकांशी सारखे भांडत असायचे आणि

त्यांचा एक मुलगा माझ्यापेक्षा मोठा होता आणि माझी काही चूक नसताना तो मला मारायचा.''

"तुम्ही सगळे एकाच खोलीत राहणं शक्यंच नाही,'' ब्रूनो अविश्वासानं मान हलवत म्हणाला. "या गोष्टीला काही अर्थ नाही.''

"आम्ही सगळे,'' होकारार्थी मान हलवत श्म्यूल म्हणाला. "एकूण अकरा जण.''

त्याचं म्हणणं खोडून काढण्यासाठी ब्रूनोनं तोंड उघडलं- एका खोलीत अकरा लोक राहत असतील यावर त्याचा विश्वास बसत नव्हता - पण त्याचा विचार बदलला.

"तिथे आम्ही अजून काही महिने राहिलो,'' श्म्यूलनं पुढे सांगायला सुरुवात केली, "सगळे जण एकाच खोलीत. तिथे एक छोटीशी खिडकी होती, पण मला तिच्यातून बाहेर बघायला आवडायचं नाही; कारण मग मला ती भिंत दिसायची आणि खूप चीड यायची. त्या भिंतीच्या पलीकडे आमचं घर होतं ना. शहराचा इकडचा भाग काही चांगला नव्हता, कारण तिथे सदासर्वकाळ गर्दी-गोंगाट असायचा, त्यामुळे झोपही लागायची नाही. आणि तो मुलगा लुका, मला अजिबात आवडायचा नाही, कारण माझी काहीही चूक नसताना तो मला मारत सुटायचा.''

"ग्रेटेल मला कधीकधी मारते,'' ब्रूनो म्हणाला. "ती माझी बहीण आहे,'' त्यानं पुस्ती जोडली. " वाया गेलेली अशक्य ढ मुलगी. पण मी आता लवकरच मोठा आणि ताकदवान होईन आणि मग आपल्याला कुणी मारलं हे तिला कळणारच नाही.''

"मग एक दिवस मोठे मोठे ट्रक्स घेऊन सैनिक आले,'' श्म्यूल बोलतच राहिला. त्याला ग्रेटेलविषयी ऐकण्यात काडीचाही रस नव्हता. "आणि सगळ्यांना घर सोडायला सांगितलं. खूप लोकांची इच्छा नव्हती, त्यामुळे त्यांनी जागा मिळेल तिथे लपायला सुरुवात केली, पण मला वाटतं शेवटी सगळ्यांना पकडलं. आणि मग ट्रक्स आम्हाला घेऊन ट्रेनजवळ गेल्या आणि ट्रेन....'' तो अडखळला आणि त्यानं आपला ओठ चावला. ब्रूनोला वाटलं की आता तो रडायला लागणार, पण त्याचं कारण मात्र त्याला कळलं नाही.

"ती ट्रेन भयंकर होती,'' श्म्यूल म्हणाला. "एकतर डब्यात आम्ही खूप जास्त लोक होतो आणि श्वास घ्यायला जागा नव्हती. आणि घाणेरडे वास येत होते.''

"कारण तुम्ही सगळे एकाच ट्रेनमध्ये कोंबले गेले होतात," ब्रूनो म्हणाला. बर्लिनहून निघताना बघितलेल्या दोन ट्रेन्सची त्याला आठवण झाली. "आम्ही जेव्हा इथे आलो, तेव्हा प्लॅटफॉर्मच्या दुसऱ्या बाजूला आणखी एक ट्रेन होती, पण तिच्याकडे कुणाचंच लक्ष नव्हतं. आम्हाला ती ट्रेन मिळाली. तू सुद्धा त्याच ट्रेनमध्ये चढायला हवं होतंस."

"मला नाही वाटत आम्हाला चढू दिलं असतं," श्म्यूल मान हलवत म्हणाला. "आम्हाला आमच्या डब्याबाहेर पडणंच शक्य नव्हतं."

"दारं डब्याच्या शेवटी असतात," ब्रूनोनं खुलासा केला.

"तिथे दारंच नव्हती," श्म्यूल म्हणाला.

"अर्थातंच तिथे दारं होती," एक विश्वास टाकत ब्रूनो म्हणाला. "शेवटी होती," तो पुन्हा म्हणाला. "जेवणाच्या डब्याच्या पुढे."

"तिथे अजिबात दारं नव्हती," श्म्यूल ठासून म्हणाला. "जर ती असती तर आम्ही सगळे बाहेर पडलो असतो."

"अर्थातच तिथे होती," अशा अर्थाचं काहीतरी ब्रूनो पुटपुटला पण तो मोठ्यानं काही बोलला नाही त्यामुळे श्म्यूलला ऐकू आलं नाही.

"जेव्हा एकदाची ट्रेन थांबली," श्म्यूल पुढे म्हणाला, "तेव्हा आम्ही एका थंड जागी आलो होतो आणि इथपर्यंत आम्हाला चालत यावं लागलं.

हे सगळं सांगताना श्म्यूल खूप दुःखी दिसत होता आणि ब्रूनोला मात्र त्याचं कारण कळत नव्हतं; ही सगळी कहाणी त्याला तितकीशी भयंकर वाटत नव्हती आणि त्याच्या बाबतीतही थोड्याफार प्रमाणात हेच तर घडलं होतं.

"तिकडे आणखी खूप मुलं आहेत का?" ब्रूनोनं विचारलं.

"शेकडो," श्म्यूल म्हणाला.

ब्रूनोचे डोळे विस्फारले. "शेकडो?" त्यानं आश्चर्यानं विचारलं. "हे चांगलं नाही. कुंपणाच्या या बाजूला मात्र कुणीच खेळायला नाही. एक माणूस पण नाही."

"आम्ही खेळत नाही," श्म्यूल म्हणाला.

"खेळत नाही? पण का?"

"आम्ही काय खेळणार?" त्यानं विचारलं. त्या कल्पनेनं तो गोंधळल्यासारखा दिसला.

"अं, मला माहीत नाही," ब्रूनो म्हणाला. "पण सगळ्या प्रकारचे खेळ उदाहरणार्थ फुटबॉल किंवा संशोधन. त्या बाजूला संशोधन करण्यासारखं

काही आहे का? काही चांगलं?"

श्म्यूलनं मान हलवली आणि काहीच उत्तर दिलं नाही. त्यानं मागे झोपड्यांकडे पाहिलं आणि पुन्हा ब्रूनोकडे वळला. त्याला खरं म्हणजे हा पुढचा प्रश्न विचारायचा नव्हता पण त्याच्या पोटात येणाऱ्या कळा त्याला स्वस्थ बसू देईनात.

"तू तुझ्याबरोबर काही खायला आणलं नसशील ना? का आणलंय?" त्यानं विचारलं.

"नाही रे," ब्रूनो म्हणाला. "मी खरं म्हणजे चॉकलेट आणणार होतो, पण विसरलो."

"चॉकलेट," श्म्यूल हळूच म्हणाला, त्याची जीभ ओठांवरून फिरली. "मी आतापर्यंत फक्त एकदाच चॉकलेट खाल्लं आहे."

"एकदाच? मला चॉकलेट खूप आवडतं. पण मला ते खूप खायला मिळत नाही कारण आई म्हणते की ते खाल्ल्यानं दात किडतील."

"तुझ्याकडे ब्रेडपण नसेल ना?"

ब्रूनोनं मानेनं नकार दिला. "अजिबातच नाही," तो म्हणाला. "संध्याकाळी साडेसहाच्या आधी आमच्याकडे जेवत नाहीत. तुम्ही किती वाजता जेवता?"

श्म्यूलनं खांदे उडवले आणि तो उठून उभा राहिला. "मला वाटतं मी आता परत जावं," तो म्हणाला.

"एखाद्या संध्याकाळी तू आमच्याकडे जेवायला ये," ब्रूनो म्हणाला. अर्थात ही कल्पना कितपत चांगली आहे याची त्याला खात्री नव्हती.

"हो कधीतरी," श्म्यूल म्हणाला, त्याचीही खात्री पटली नव्हतीच.

"किंवा मी तुझ्याकडे येऊ शकतो," ब्रूनो म्हणाला. "कदाचित मी येईन आणि तुझ्या मित्रांना भेटेन," तो आशेनं म्हणाला. श्म्यूल स्वतःहून त्याला हे सुचवेल असं ब्रूनोला मनातून वाटतं होतं, पण तसं घडण्याचं काही चिन्ह दिसेना.

"तू कुंपणाच्या विरुद्ध बाजूला आहेस," श्म्यूल म्हणाला.

"मी रांगत येऊ शकतो," ब्रूनो म्हणाला आणि खाली वाकून त्यानं जमिनीवरच्या तारा उचलल्या. दोन खांबांच्या मध्यभागी तार सहजपणे थोडी उचलली जात होती आणि ब्रूनोइतका लहान मुलगा त्याखालून सहज पलीकडे जाऊ शकला असता.

श्म्यूलनं त्याला असं करताना पाहिलं आणि घाबरून मागे सरकला.

"मला परत गेलं पाहिजे," तो म्हणाला.

"नंतर एखाद्या दुपारी बघू," ब्रूनो म्हणाला.

"मी खरं इथे असायला नको होतं. त्यांनी जर मला पकडलं तर पंचाईत होईल."

तो वळला आणि चालायला लागला. ब्रूनोला पुन्हा एकदा जाणवलं, त्याचा हा नवा मित्र किती छोटा आणि हडकुळा होता! पण तो त्याबद्दल काहीच बोलला नाही कारण उंची वगैरे सारख्या क्षुल्लक गोष्टींवरून कुणी जर टीका केली तर ती किती झोंबते हे तो पुरतं जाणून होता आणि श्म्यूलशी निष्ठुरपणानं वागणं त्याला कदापि शक्य नव्हतं.

"मी उद्या परत येईन," त्या जाणाऱ्या मुलाकडे बघत ब्रूनो ओरडला. श्म्यूलनं काहीच उत्तर दिलं नाही आणि तो चक्क कॅम्पकडे धावत सुटला, ब्रूनोला तिथंच एकटं टाकून.

एका दिवसापुरतं आता बरंच संशोधन झालं आहे, असं ठरवून ब्रूनोनं घराकडे कूच केलं, जे काही घडलं त्यामुळे तो फारच उत्तेजित झाला होता. आई-बाबा आणि ग्रेटेलला - जिचा मत्सरानं बहुधा स्फोटंच झाला असता - आणि मारिया, स्वयंपाकी आणि लार्सला या दुपारच्या साहसाबद्दल आणि त्याच्या नव्या मित्राबद्दल, त्याच्या गमतीदार नावाबद्दल आणि त्यांचे दोघांचे जन्म एकाच दिवशी झाले, त्याबद्दल कधी सांगतोय असं त्याला झालं होतं. पण जसजसा तो त्याच्या घराजवळ जाऊ लागला तसा हा विचार काही फारसा चांगला नाही, असं त्याच्या मनात येऊ लागलं.

शेवटी, त्यानं विचार केला, त्यांना आपली त्या मुलाशी झालेली मैत्री पटणार नाही आणि जर असं झालं तर ते मला इकडे येऊ देणार नाहीत. पुढच्या दारातून आत गेल्या गेल्या त्याला ओव्हनमध्ये रात्रीच्या जेवणाकरता भाजल्या जाणाऱ्या बीफचा खमंग वास आला, तोपर्यंत त्याच्या मनाचा हा निश्चय झाला होता की सध्यापुरती ही गोष्ट स्वतःजवळ ठेवणं जास्त चांगलं आणि त्याबाबत एकही शब्द न बोलणंच उत्तम. ते त्याचं स्वतःचं गुपित असणार होतं. म्हणजे त्याचं आणि श्म्यूलचं.

ब्रूनोचं असं मत होतं की, जेव्हा पालकांना, विशेषतः बहिणींना एखादी गोष्ट माहीत नसते, तोपर्यंत त्यांना त्या गोष्टीचा त्रास होत नसतो.

वाईनची बाटली

आठवड्यांवर आठवडे उलटू लागले तसं ब्रूनोच्या हळूहळू लक्षात यायला लागलं की नजिकच्या भविष्यकाळात बर्लिनच्या घरी परतण्याची कोणतीही शक्यता दिसत नव्हती. सुख-सोयींनी युक्त अशा घरातल्या कठड्यावरून घसरण्याची इच्छा त्याला आता दाबून टाकावी लागणार होती आणि कार्ल किंवा डॅनिएल किंवा मार्टिनला कधी भेटण्याची आशाही मावळत चालली होती.

त्याशिवाय, जसा एकेक दिवस पुढे सरकत होता, तशी त्याला 'आऊट-विथ' ची सवय होऊ लागली होती आणि आपल्या नव्या आयुष्याबद्दल वाटणारं दु:खही हळूहळू बोथट व्हायला लागलं होतं. कारण शेवटी, त्याच्याशी कुणीच बोलायला नाही अशी परिस्थिती आता राहिली नव्हती. रोज दुपारी अभ्यासाचे तास संपले की ब्रूनो कुंपणाच्या कडेकडेनं लांबवर चालत जात असे आणि तिथे बसून आपल्या नव्या मित्राशी - श्म्यूलशी बोलत बसे, अगदी घरी जायची वेळ होईपर्यंत. बर्लिनच्या घराच्या, तिथल्या आयुष्याच्या आठवणी पुसट होण्यासाठी या भेटींचा फार उपयोग होत असे.

एका दुपारी स्वयंपाकघरात येणाऱ्या मारियानं ब्रूनोला फ्रिजमधून ब्रेड आणि चीज खिशात कोंबत असताना पाहिलं, ती थबकली.

"हॅलो," आपल्या आवाजात सहजता आणायचा प्रयत्न करत ब्रूनो म्हणाला, "तू मला घाबरवलंस. मी तुझा आवाज ऐकला नाही."

"तू नक्की पुन्हा खायला घेत नाहीएस?" मारियानं हसून विचारलं. "तू दुपारी जेवलास ना? आणि तुला अजून भूक आहे?"

"थोडीशी," ब्रूनो म्हणाला. "मी जरा फिरायला चाललो आहे आणि मध्येच रस्त्यात भूक लागेल असं मला वाटलं."

मारियानं खांदे उडवले आणि गॅसजवळ जाऊन तिनं एका भांड्यात पाणी उकळायला ठेवलं. ओट्यावर जवळच बटाटे आणि गाजर यांचा ढीग होता. थोड्या वेळानं पावेल येऊन त्यांची सालं काढणार होता. ब्रूनो तिथून निघतच होता तेवढ्यात त्याला त्या भाज्या दिसल्या आणि एक प्रश्न अचानक त्याच्या डोक्यात आला जो त्याला बरेच दिवसांपासून छळत होता. तो कुणाला विचारावा याचा निर्णय त्याला करता येत नव्हता, पण हा क्षण आणि ही व्यक्ती तो प्रश्न विचारण्यासाठी अगदी योग्य होती.

"मारिया, मी तुला एक प्रश्न विचारू?" त्यानं विचारलं.

ती मागे वळून त्याच्याकडे आश्चर्यानं बघत राहिली. "अर्थात, मास्टर ब्रूनो," ती म्हणाली.

"आणि मी तुला जो प्रश्न विचारेन तो तू कुणाला सांगणार नाहीस असं मला वचन देतेस?"

तिनं डोळे बारीक करून संशयानं ब्रूनोकडे पाहिलं पण होकारार्थी मान हलवली. "ठीक आहे," ती म्हणाली. "तुला काय जाणून घ्यायचंय?"

"ते पावेलबद्दल आहे," ब्रूनो म्हणाला. "तू त्याला ओळखतेस, हो की नाही? तो भाज्या सोलायला येतो आणि नंतर टेबलशी उभं राहून वाढतो तो."

"हो," मारिया हसून म्हणाली.

त्याचा प्रश्न काही फारसा गंभीर नसणार हे कळल्यामुळे तिनं सुटकेचा निश्वास टाकला. "मी पावेलला ओळखते. आम्ही बऱ्याचदा बोललोय. तू त्याच्याबद्दल का विचारतो आहेस?"

"अं....," जे बोलायला नको ते शब्द चुकून तोंडाबाहेर पडतील म्हणून काळजीपूर्वक जुळवाजुळव करत ब्रूनो म्हणाला, "तुला आठवतं, आपण नुकतेच इथे रहायला आलो होतो, तेव्हा मी ओकच्या झाडाला झोका बांधला होता आणि त्याच्यावरून पडलो आणि गुडघा फुटला होता."

"हो," मारिया म्हणाली. "तुला तिथे परत दुखतंय की काय?"

"नाही, तसं काही नाही," ब्रूनो म्हणाला. "पण मला जेव्हा लागलं, तेव्हा आसपास मोठं माणूस म्हणजे पावेलंच होता आणि त्यानंच मला घरात आणलं आणि जखम स्वच्छ केली, मला झोंबणारं हिरवं औषध लावलं, पण ते जखम बरी करण्याकरता होतं आणि मग त्यानं त्यावर पट्टी बांधली."

"कुणाला लागलं तर एखादा माणूस असंच सगळं करतो," मारिया म्हणाली.

"मला माहीत आहे," तो पुढे सांगू लागला. "फक्त तो मला म्हणाला की तो खरं म्हणजे वेटर नाहीए."

मारियाचा चेहरा एकदम थिजल्यासारखा झाला आणि ती क्षणभर काहीच बोलली नाही. उलट तिनं चेहरा वळवला आणि ओठांवरून जीभ फिरवली आणि मान खालीवर करत म्हणाली, "अच्छा. आणि तो खरा कोण आहे असं त्यानं सांगितलं?"

"तो म्हणाला की तो डॉक्टर आहे," ब्रूनो म्हणाला. "पण हे काही खरं वाटत नाही. तो डॉक्टर नाहीए, हो न?"

"नाही." मारिया नकारार्थी मान हलवत म्हणाली. "तो डॉक्टर नाही, तो वेटर आहे."

"मला हे माहीत होतं," स्वतःवरच खूश होत ब्रूनो म्हणाला. "मग तो माझ्याशी खोटं का बोलला? याला काय अर्थ आहे?"

"ब्रूनो, पावेल आता डॉक्टर राहिलेला नाही," मारिया शांतपणे म्हणाली. "पण तो पूर्वी होता. दुसऱ्या आयुष्यात. इथे येण्यापूर्वी."

ब्रूनोनं आठ्या घातल्या आणि यावर विचार केला. "मला नाही कळलं," तो म्हणाला.

"थोड्याच जणांना हे कळतं," मारिया म्हणाली.

"पण तो जर पूर्वी डॉक्टर होता, तर मग तो आता का नाही?"

मारियानं एक खोल श्वास घेतला आणि कुणी येत नसल्याची खात्री करून घेण्यासाठी खिडकीबाहेर डोकावून पाहिलं, मग खुर्च्यांकडे इशारा केला आणि ती व ब्रूनो बसले.

"पावेलनं त्याच्या आयुष्याबद्दल मला जे काही सांगितलं ते जर मी तुला सांगितलं तर तू ते कुणालाही सांगता कामा नये. तुला कळलं का? नाहीतर आपण भयंकर संकटात सापडू."

"मी कुणालाच सांगणार नाही," ब्रूनो म्हणाला, त्याला अशी गुपितं ऐकायला आवडायची आणि तो ती बहुतेकदा कुणालाच सांगायचा नाही. अगदीच गरज भासली आणि त्याचा काही इलाज चालला नाही तरच फक्त प्रश्न असायचा.

"ठीक आहे. मला जेवढं माहीत आहे ते असं आहे," मारिया म्हणाली.

कुंपणाजवळ रोजच्या ठिकाणी श्म्यूलला भेटायला यायला ब्रूनोला नेहमीपेक्षा जरा उशीर झाला, पण रोजच्याप्रमाणे त्याचा नवा मित्र जमिनीवर मांडी घालून त्याची वाट बघत बसला होता.

"मला उशीर झाला, माफ कर," तारांमधून थोडा ब्रेड आणि चीज त्याला देत ब्रूनो म्हणाला. रस्त्यानं येताना थोडीशी भूक लागलेली असतानाही त्यानं ते खाल्लं नव्हतं. "मी मारियाशी बोलत होतो."

"कोण मारिया?" भूक लागल्यामुळे समोरचं अन्न बकाबका तोंडात कोंबत, मान वर न करता श्म्यूलनं विचारलं.

"ती आमची मोलकरीण आहे," ब्रूनोनं खुलासा केला. "ती खूप चांगली आहे, तरी बाबांच्या मते जरा जास्त पगार घेते. पण ती मला पावेलबद्दल सांगत होती, जो रोज आमच्याकडे भाज्या सोलायला आणि चिरायला येतो आणि नंतर वाढतोही. मला वाटतं तो तुझ्या बाजूला राहतो, कुंपणा-पलीकडे."

श्म्यूलनं वर पाहिलं आणि खाणं थांबवलं. "माझ्या बाजूला?" त्यानं विचारलं.

"हो. तू त्याला ओळखतोस? तो खूप म्हातारा आहे आणि त्याला एक पांढरं जाकीट आहे, तो वाढताना घालतो. तू त्याला बहुतेक पाहिलं असशील."

"नाही," नकारार्थी मान हलवत श्म्यूल म्हणाला. "मी त्याला ओळखत नाही."

"तू ओळखत असला पाहिजेस," ब्रूनो वैतागून म्हणाला, जणू काही श्म्यूल त्याला मुद्दाम त्रास देत होता. "बाकीच्या मोठ्या लोकांइतका तो उंच नाही आणि त्याचे केस करडे आहेत आणि तो कमरेत जरासा वाकलेला आहे."

"कुंपणाच्या या बाजूला किती लोक राहतात हे तुला कळलेलं नाही,"

श्म्यूल म्हणाला. "आम्ही हजारो लोक आहोत."

"या माणसाचं नाव पावेल आहे," ब्रूनो आपला मुद्दा सोडायला तयार नव्हता. "मी जेव्हा झोक्यावरून पडलो तेव्हा त्यानं जखम स्वच्छ केली, म्हणजे ती चिघळू नये म्हणून आणि पायाला पट्टी बांधली. हे सगळं त्याच्याबद्दल तुला सांगायचं कारण म्हणजे तो सुद्धा पोलंडचाच आहे. तुझ्यासारखा."

"आमच्यापैकी बहुतेक जण पोलंडचे आहेत," श्म्यूल म्हणाला. "अर्थात काही लोक दुसऱ्या ठिकाणचे पण आहेत, जसं झेकोस्लोव्हाकिया आणि...."

"हो, पण म्हणून मला वाटलं की तू त्याला ओळखत असशील. असू दे, त्याच्या गावात तो डॉक्टर होता, म्हणजे इथे येण्यापूर्वी, पण आता त्याला डॉक्टर म्हणून राहता येत नाहीए आणि जर बाबांना हे कळलं असतं की मला लागल्यावर त्यानं मलमपट्टी केली होती तर त्याच्यासाठी त्रासदायक झालं असतं."

"लोक बरे व्हावेत हे सैनिकांना सहसा रुचत नसतं," ब्रेडचा शेवटचा घास गिळत श्म्यूल म्हणाला. "त्यांना नेहमी उलटच वाटत असतं."

श्म्यूलच्या बोलण्याचा नेमका अर्थ लक्षात न येऊनसुद्धा ब्रूनोनं मान डोलवली आणि आकाशाकडे पाहिलं. काही वेळानंतर त्यानं तारांमधून पलीकडे पाहिलं आणि बरेच दिवसांपासून मनात रुंजी घालणारा प्रश्न त्यानं विचारला.

"तू मोठा झाल्यावर तुला कोण व्हायची इच्छा आहे?" त्यानं विचारलं.

"हो, मला प्राणिसंग्रहालयात काम करायचं आहे," श्म्यूल म्हणाला.

" प्राणिसंग्रहालय?" ब्रूनोनं विचारलं.

"मला प्राणी आवडतात," श्म्यूल हळूच म्हणाला.

"मी सैनिक होणार आहे. बाबांसारखा." ब्रूनो निश्चयी सुरात म्हणाला.

"मला सैनिक व्हायला नाही आवडणार," श्म्यूल म्हणाला.

"ले. कोटलरसारखा नाही हं, पण," ब्रूनो लगेच म्हणाला. "आपल्याच मालकीची जागा असल्यासारखा इकडे-तिकडे फिरणारा आणि तुमच्या बहिणीबरोबर हसणारा आणि तुमच्या आईशी कुजबुजत बोलणारा. तो अजिबात चांगला सैनिक नाही असं मला वाटतं. म्हणजे माझ्या बाबांसारखा. चांगल्या सैनिकांपैकी."

"चांगले सैनिक कधी नसतातच," श्म्यूल म्हणाला.

"अर्थातच असतात," ब्रूनो म्हणाला.

"कोण?"

"एक म्हणजे माझे बाबा," ब्रूनो म्हणाला. "त्यामुळेच त्यांच्याकडे एवढा भारी गणवेश आहे आणि म्हणून त्यांना सगळे कमाण्डण्ट म्हणतात आणि ते सांगतील ते ऐकतात. ते इतके चांगले सैनिक आहेत म्हणूनच फ्यूरीच्या मनात त्यांच्यासाठी मोठ्या मोठ्या योजना आहेत."

"चांगले सैनिक कधीच नसतात," श्म्यूल पुन्हा म्हणाला.

"माझे बाबा सोडून," ब्रूनोही पुन्हा म्हणाला, त्याला श्म्यूलशी वाद घालण्याची इच्छा नव्हती, त्यामुळे त्यानं पुन्हा पुन्हा तेच बोलू नये असं ब्रूनोला वाटत होतं, कारण 'आऊट-विथ'ला फक्त श्म्यूलंच त्याचा एकमेव मित्र होता. पण तरीही बाबा हे शेवटी बाबाच होते आणि कुणी त्यांच्याबद्दल वाईट बोलणं बरोबर नाही असं ब्रूनोचं मत होतं.

दोन्ही मुलं काही वेळ गप्प बसून राहिली, दोघांनाही एकमेकांची मनं दुखवायची इच्छा नव्हती.

"इकडे कसं आहे हे तुला माहीत नाही," श्म्यूल अगदी हळू आवाजात म्हणाला, ब्रूनोपर्यंत त्याचा आवाज कसाबसा पोहोचला.

"तुला कुणी बहीण नाही ना?" ब्रूनोनं पटकन विचारलं. श्म्यूलच्या बोलण्यावर काही उत्तर द्यायला लागू नये म्हणून ते ऐकू न आल्याचा बहाणा करत त्यानं विचारलं.

"नाही," नकार देत श्म्यूल म्हणाला.

"तू नशीबवान आहेस," ब्रूनो म्हणाला. "ग्रेटेल फक्त बारा वर्षांची आहे आणि तिला वाटतं आपल्याला जगातलं सगळं समजतं, पण खरं म्हणजे ती 'ढ मुलगी' आहे. ती तिच्या खिडकीतून बाहेर बघत बसते आणि ले. कोटलर येताना दिसला की धावत जाऊन खाली हॉलमध्ये उभी राहते, जणू काही ती आधीपासून बराच वेळ तिथे उभी आहे. एक दिवस असं करताना मी तिला पकडलं आणि जेव्हा तो आला तेव्हा दचकल्याचं सोंग घेऊन ती म्हणते कशी, 'अय्या, ले. कोटलर, तुम्ही इथे आहात मला माहीत नव्हतं' आणि मला मात्र हे पक्कं माहीत होतं की ती त्याचीच वाट पाहत उभी होती."

हे सगळं सांगत असताना ब्रूनो श्म्यूलकडे बघत नव्हता, पण जेव्हा त्यानं बघितलं तेव्हा त्याचा मित्र नेहमीपेक्षा जास्तंच निस्तेज दिसत होता.

"काय झालं?" त्यानं विचारलं. "तुझ्याकडे पाहून असं वाटतंय की तुला आता चक्कर येणार."

"मला त्याच्याबद्दल बोललेलं आवडत नाही," श्म्यूल म्हणाला.

"कुणाबद्दल?" ब्रूनोनं विचारलं.

"ले. कोटलर, मला त्याची भीती वाटते."

"मला पण त्याची थोडीशी भीती वाटते," ब्रूनोनं कबूल केलं.

"तो दादागिरी करतो. आणि त्याचा वासही मजेशीर येतो. तो अंगाला इतकं कलोन लावतो," श्म्यूल थरथर कापायला लागला.

ब्रूनोनं आजूबाजूला नजर टाकली, जणू काही थंडी पडली आहे किंवा काय हे त्याला जाणवण्यापेक्षा बघून कळणार होतं. "काय झालं तुला?" त्यानं विचारलं, "इतकी काही थंडी नाही. तू लोकरीचा शर्ट आणायला हवा होतास, कळलं का? सध्या संध्याकाळी बरंच गार व्हायला लागलंय."

संध्याकाळी उशिरा ब्रूनोला जेव्हा कळलं की आई-बाबा-ग्रेटेल बरोबर ले. कोटलरसुद्धा जेवायला आहे तेव्हा तो नाराज झाला. पावेलनं त्याचं नेहमीचं पांढरं जाकीट घातलं होतं आणि ते जेवत असताना तो त्यांना वाढत होता.

पावेल वाढत असताना ब्रूनो त्याला न्याहाळत होता. जेव्हा जेव्हा त्याची नजर पावेलवर पडे तेव्हा तेव्हा त्याला पावेलबद्दल वाईट वाटत असे. तो विचार करत होता, आता त्यानं जे पांढरं जाकीट घातलं होतं ते तो डॉक्टर असतानाही घालत असावा का? त्यानं आतून प्लेट्स आणून त्यांच्या समोर मांडल्या आणि जेव्हा ते जेवत होते आणि आपसात बोलत होते, तो मागे सरकून भिंतीशी उभा राहत होता अगदी स्तब्ध राहून नजर न हलवता वाट बघत होता. जसं काही उभ्या उभ्या त्याचं शरीर झोपी गेलेलं होतं आणि डोळे फक्त उघडे होते.

कुणाला काही हवं असेल तर पावेल लगेच ते घेऊन येत होता, पण जसजसा ब्रूनो त्याचं निरीक्षण करत होता तसतशी त्याची खात्री पटत चालली होती की काहीतरी अघटित घडणार आहे. प्रत्येक आठवड्याला तो अधिकाधिक लहान होत चालला होता, (जर असं काही घडणं शक्य असेल तर) त्याच्या गालांवरचा रंग पूर्णपणे उडाला होता, तो फिकुटला होता. त्याचे डोळे पाण्यानं भरल्यासारखे दिसत होते. ब्रूनोला वाटलं की पापणीच्या एका उघडझापेसरशी अश्रूंचे लोट वहायला लागतील.

जेव्हा पावेल प्लेट्स घेऊन आला तेव्हा त्या वजनामुळे त्याचे हात किंचित कापत असल्याचे ब्रूनोला दिसले. तो भिंतीशी त्याच्या नेहमीच्या जागी उभा राहिला तेव्हा त्याचा तोल जात होता आणि पडू नये म्हणून त्याला हातानं भिंतीचा आधार घ्यावा लागला. आईला पुन्हा सूप हवं होतं हे तिला दोनदा सांगावं लागलं तेव्हा त्याला ऐकू आलं आणि वाईनची एक बाटली संपली तरी बाबांचा ग्लास भरण्यासाठी दुसरी बाटली उघडून त्यानं तयार ठेवली नव्हती.

"हर लिस्झ्ट आम्हाला कविता किंवा नाटकं वाचू देत नाहीत," जेवण सुरू झाल्यावर ब्रूनोनं तक्रार केली. त्यांच्याबरोबर बाहेरचा माणूस जेवायला असल्यामुळे ते सगळे आज औपचारिक कपड्यांमध्ये होते. बाबा त्यांच्या गणवेशामध्ये, आई हिरव्या पोशाखात, ज्यामुळे तिचे डोळे खुलून दिसत होते. ग्रेटेल आणि ब्रूनो त्यांच्या चर्चला जाण्याच्या कपड्यांमध्ये -जे ते बर्लिनला असताना घालत असत. "मी त्यांना विचारलं की आठवड्यातला फक्त एक दिवस आम्ही ते वाचू शकतो का, पण ते म्हणाले, ते आमचा अभ्यास जोपर्यंत घेताहेत तोपर्यंत नाही वाचता येणार."

"माझी खात्री आहे, त्याला काहीतरी कारण असेल," एक तुकडा तोडत बाबा म्हणाले.

"त्यांची इच्छा असते की आम्ही फक्त इतिहास आणि भूगोल शिकावा," ब्रूनो म्हणाला. "आणि मला आता इतिहास-भूगोलाचा तिरस्कार वाटायला लागला आहे."

"ब्रूनो, प्लीज 'तिरस्कार' म्हणू नकोस," आई म्हणाली.

"तुला इतिहास का आवडत नाही?" आपला काटा क्षणभर खाली ठेवत आणि आपल्या मुलाकडे बघत बाबांनी विचारलं. त्यानं खांदे उडवले, ही त्याची एक वाईट सवय होती.

"कारण तो कंटाळवाणा आहे," तो म्हणाला.

"कंटाळवाणा?" बाबा म्हणाले. "माझा मुलगा इतिहासाला कंटाळवाणा म्हणतो? ब्रूनो, माझं ऐकून घे," पुढे झुकून आपल्या सुरीचं टोक ब्रूनोकडे करत बाबा म्हणाले, "इतिहासानंच आज आपल्याला या जागी आणून उभं केलंय. जर इतिहास नसता तर आज आपण इथे या टेबलाभोवती बसलेलो नसतो. आपण सुरक्षितपणे आपल्या बर्लिनच्या घराच्या टेबलापाशी बसलेलो असतो. आपण इथे इतिहासाची दुरुस्ती करायला आलो आहोत."

"पण तरीही तो कंटाळवाणा आहे," ब्रूनो पुन्हा म्हणाला, त्याचं त्यांच्या बोलण्याकडे लक्ष नव्हतं.

"माझ्या भावाला माफ करा ले. कोटलर," त्याच्या हातावर क्षणभर आपला हात ठेवत ग्रेटेल म्हणाली; आईनं डोळे बारीक करून आणि नजर रोखून तिच्याकडे पाहिलं. "तो बिचारा अडाणी छोटा मुलगा आहे."

"मी अडाणी नाही," तिनं आतापर्यंत केलेले अपमान सहन न होऊन ब्रूनोनं फटकारलं. "तुम्ही माझ्या बहिणीला माफ करा ले. कोटलर," तो अगदी सभ्यपणे म्हणाला, "पण ती 'निरर्थक ढ मुलगी' आहे. आम्ही तिच्या बाबतीत फार काही करू शकत नाही. डॉक्टर म्हणतात की ती बरी होण्याच्या पलीकडच्या अवस्थेला पोहोचलेली आहे."

"गप्प बस," शरमेनं लाल लाल होत ग्रेटेल म्हणाली.

"तू गप्प बस," तोंडभर हसत ब्रूनो म्हणाला.

"मुलांनो, प्लीज," आई म्हणाली.

बाबांनी आपली सुरी टेबलावर आपटली आणि सगळे गप्प बसले. ब्रूनोनं त्यांच्याकडे पाहिलं. ते फार काही रागावलेले दिसत नव्हते, पण यापेक्षा जास्त वादावादी ते खपवून घेतील असं वाटत नव्हतं.

"मी लहान होतो तेव्हा मला इतिहास शिकताना खूप मजा यायची," काही वेळ शांततेत गेल्यावर ले. कोटलर म्हणाला. "आणि जरी माझे वडील विद्यापीठात साहित्याचे प्राध्यापक होते, तरी मी कला विषयापेक्षा समाजशास्त्र हा विषय निवडला."

"मला हे माहीत नव्हतं, कर्ट," आई म्हणाली, आणि त्याच्याकडे वळून पहायला लागली. "ते अजूनही शिकवतात का?"

"शिकवत असावेत. मला खरं म्हणजे नक्की माहीत नाही," ले. म्हणाला. "अरेच्या, तुला माहीत नाही म्हणजे?" आठ्या घालत आईनं विचारलं. "तू त्यांच्याशी काहीच संबंध ठेवला नाहीस?"

तो तरुण लेफ्टनंट भलामोठा घास चावत होता, त्यामुळे उत्तराचा विचार करायला त्याला बराच वेळ मिळाला. त्यानं ब्रूनोकडे पाहिलं; त्याला जणू म्हणायचं होतं की हा विषय उकरून काढायला ब्रूनो जबाबदार होता.

"कर्ट," आईनं पुन्हा विचारलं, "तू तुझ्या वडिलांच्या संपर्कात नाहीस?"

"तसंच काहीसं," त्यानं खांदे उडवून उत्तर दिलं आणि वळून तिच्याकडे

बघायचं टाळलं. "त्यांनी काही वर्षांपूर्वीच जर्मनी सोडली. एकोणीसशे अडतीसला, मला वाटतं. तेव्हापासून मी त्यांना पाहिलेलं नाही."

बाबांनी क्षणभर खाणं थांबवलं आणि ले. कोटलरकडे आठ्या घालून एकटक पाहिलं. "आणि ते कुठे गेले?" त्यांनी विचारलं.

"आपण काय म्हणालात, हर कमाण्डण्ट?" ले. कोटलरनं विचारलं. बाबांनी खरं म्हणजे स्पष्ट, खणखणीत आवाजात त्याला विचारलं होतं.

"मी विचारलं, की ते कुठे गेले," त्यांनी पुन्हा सांगितलं. "तुझे वडील. साहित्याचे प्राध्यापक. जर्मनी सोडल्यावर ते कुठे गेले?"

ले. कोटलरचा चेहरा जरासा लाल झाला. तो चाचरत म्हणाला, "मला वाटतं...मला वाटतं ते सध्या स्वित्झर्लंडमध्ये आहेत," अखेरीस तो बोलला. "मी शेवटचं ऐकलं तेव्हा ते बर्नच्या विद्यापीठात शिकवत होते."

"अरे वा, स्वित्झर्लंड फार सुंदर देश आहे," आई लगेच म्हणाली. "मी कधी तिथे गेले नाही, हे खरंय, पण मी जे काही ऐकलं आहे...."

"ते फार म्हातारे नसतील, तुझे वडील," बाबा म्हणाले. त्यांचा धीर गंभीर आवाज सगळ्यांना शांत करून गेला. "म्हणजे तू फक्त....किती? सतरा?अठरा वर्षांचा?"

"मी एवढ्यातच एकोणीस पूर्ण झालो, कमाण्डण्ट."

"म्हणजे तुझे वडील....चाळिशीचे असतील, मला वाटतं?"

ले. कोटलर काहीच बोलला नाही, समोरचं अन्न चावत बसला. त्या जेवणातून त्याला कसलंही समाधान मिळत नव्हतं, हे स्पष्ट दिसत होतं.

"आपल्या जन्मभूमीत न थांबण्याचा त्यांनी निर्णय घेतला हे जरा विचित्रच आहे," बाबा म्हणाले.

"मी आणि माझे वडील, आमचे फार जवळिकीचे संबंध नाहीत," ले. कोटलर पटकन म्हणाला आणि त्यानं टेबलाभोवती बसलेल्या सगळ्यांकडे नजर फिरवली. जणू काही त्याला आपली बाजू पटवून द्यायची होती. "खरंच, आम्ही वर्षानुवर्षं एकमेकांशी बोललेलो नाही."

"आणि मी हे विचारू शकतो का, की त्यांनी जर्मनी सोडण्याचं काय कारण दिलं?" बाबांचं बोलणं सुरूच होतं, या देशाला जेव्हा त्याचा सुवर्णकाळ परत मिळत होता आणि या भूमीला त्यांची गरज होती, या देशाची पुन्हा उभारणी करणं हे आपलं आद्य कर्तव्य होतं तेव्हा अशा वेळी का सोडला त्यांनी देश? त्यांना क्षयरोग झाला होता का?"

ले. कोटलरनं गोंधळून बाबांकडे पाहिलं. ''आपण काय म्हणालात?'' त्यानं विचारलं.

''ते स्वित्झर्लंडला हवापालटासाठी गेले का?'' बाबांनी स्पष्ट करून सांगितलं. ''जर्मनी सोडण्यासाठी त्यांच्याकडे काही खास कारण होतं का? एकोणीसशे अडतीस साली?'' एक क्षण थांबून त्यांनी पुस्ती जोडली.

''मला हे सांगायला वाईट वाटतं, पण मला माहीत नाही हर कमाण्डण्ट,'' ले. कोटलर म्हणाला. ''त्यांनाच हे विचारलं पाहिजे.''

''हो, पण ही गोष्ट जरा अवघडंच आहे, नाही का? म्हणजे, ते इतके लांब आहेत म्हणून म्हणतो. पण कदाचित तसं असावं. ते आजारी असावेत.'' आपली सुरी आणि काटा उचलून खायला सुरुवात करण्याआधी बाबा क्षणभर थबकले. ''किंवा कदाचित त्यांचे....मतभेद असतील.''

''मतभेद, हर कमाण्डण्ट?''

''सरकारच्या धोरणासंबंधी. अशा माणसांविषयी आपण अधूनमधून ऐकत असतो. चमत्कारिक माणसं असतात ही, मला वाटतं. त्यातले काही जण त्रासलेले, काही देशद्रोही, काही भित्रेसुद्धा. तू तुझ्या वरिष्ठांना तुझ्या वडिलांच्या मतांबद्दल सांगितलंच असशीलच, ले. कोटलर?''

त्या तरुण लेफ्टनंटनं तोंड उघडलं आणि आवंढा गिळला. त्याच्या तोंडात गिळायला दुसरं काहीच नव्हतं.

''असू दे,'' बाबा प्रसन्नपणे म्हणाले. ''हे जेवताना करण्याचं संभाषण नाहीए. आपण नंतर कधीतरी खोलात जाऊन यावर चर्चा करू या.''

''हर कमाण्डण्ट,'' ले. कोटलर पुढे झुकून आर्जवानं म्हणाला,

''मी तुम्हाला खात्री देतो....''

''हे जेवताना करण्याचं बोलणं नाहीए,'' बाबा धारदार आवाजात म्हणाले आणि तो एकदम गप्प झाला. ब्रूनो आळीपाळीनं दोघांकडे बघत होता. या वातावरणाची त्याला एकीकडे मजा पण वाटत होती आणि भीतीही वाटत होती.

''मला स्वित्झर्लंडला जायला खूप आवडेल,'' बऱ्याच वेळानंतर ग्रेटेल म्हणाली.

''समोर बघून जेव, ग्रेटेल,'' आई म्हणाली.

''पण मी नुसतं सांगतीय!''

''जेवण कर,'' आई पुन्हा म्हणाली आणि पुढे काहीतरी बोलणार तोच

बाबांनी पुन्हा पावेलला हाक मारली त्यामुळे तिचं बोलणं अर्धवट राहिलं.

"तुला आज काय झालंय?" पावेल बाटलीचं झाकण उघडत असताना बाबांनी त्याला विचारलं. "मला आणखी वाईन पाहिजे म्हणून मी तुला चौथ्यांदा सांगतोय."

ब्रूनो त्याच्याकडे बघत होता आणि त्याला आता बरं वाटत असावं अशी आशा करत होता. पावेलनं काही गडबड न करता झाकण उघडलं, पण त्यानं बाबांचा ग्लास भरल्यानंतर ले. कोटलरचा ग्लास भरायला तो वळला आणि कसे ते माहीत नाही, पण त्याच्या हातातून बाटली निसटली आणि त्या तरुण माणसाच्या मांडीवर गुड-गुड-गुड आवाज करत उपडी झाली.

त्यानंतर जे घडलं ते अगदी अनपेक्षित आणि अतिशय वाईट होतं. ले. कोटलर पावेलवर खूप भडकला आणि कुणीही, ना ब्रूनो ना ग्रेटेल, ना आई आणि अगदी बाबासुद्धा - त्यानं नंतर जे केलं त्यापासून त्याला परावृत्त करायला उठले नाहीत, अर्थात त्यांना ते बघवलंही नाही. ब्रूनोला त्यामुळे रडू आलं आणि ग्रेटेल पांढरी फटक पडली.

त्या रात्री उशिरा, जेव्हा ब्रूनो झोपायला गेला, त्याला जेवताना घडलेला प्रसंग आठवला. त्याला हेही आठवलं की त्या दिवशी त्यानं झोका बांधला होता तेव्हा पावेल त्याच्याशी किती प्रेमानं वागला होता, त्यानं ब्रूनोच्या जखमेतून वाहणारं रक्त थांबवलं होतं आणि हळुवारपणे त्यानं ते हिरवं औषध लावलं होतं. त्याला हे पण जाणवलं की एरवी बाबा इतके प्रेमळपणे आणि विचारपूर्वक वागत असत; परंतु यावेळी मात्र अतिशय चुकीची आणि अन्यायकारक गोष्ट घडत होती तरीही कुणीही ले. कोटलरला पावेलवर इतकं रागावण्यापासून परावृत्त करू शकलं नाही. हे असंच जर का 'आऊट-विथ' ला होत राहिलं तर यापुढे कशावरही कुणाशी चर्चा करणं, मतभेद व्यक्त करणं सोडून देणंच चांगलं. स्पष्ट सांगायचं तर त्यानं त्याचं तोंड बंद ठेवणं आणि कुठल्याही प्रकारे गोंधळ निर्माण न करणंच शहाणपणाचं होतं. काही लोकांना ते अजिबात आवडलं नसतं.

त्याच्या बर्लिनच्या आयुष्याबद्दलच्या आठवणी आता अगदी धूसर झाल्या होत्या आणि कार्ल, डॅनिएल, मार्टिन नक्की कसे दिसत होते हे देखील त्याला नीटसं आठवत नव्हतं, फक्त त्यातला एक फार उत्साही होता एवढंच आठवत होतं.

ब्रूनोची थाप

या प्रसंगानंतर बरेच आठवडे रोज हर लिस्इट अभ्यास संपवून घरी गेल्यावर आणि आई दुपारची वामकुक्षी करत असताना ब्रूनो आपल्या मोहिमेवर जात होता. कुंपणाच्या कडेकडेनं चालत जाऊन श्म्यूलची भेट घेत होता. श्म्यूल जवळजवळ रोज त्याची वाट पाहत तिथे बसलेला असायचा, जमिनीवर मांडी घालून आणि धुळीत टक लावून बघत.

एका दुपारी श्म्यूलचा डोळा काळा-निळा झालेला दिसला म्हणून ब्रूनोनं त्याला कारण विचारलं तेव्हा त्यानं मान हलवली, त्याला त्याविषयी काही बोलायची इच्छा नाही, असं सांगितलं. ब्रूनोची अशी समजूत झाली की सगळ्या जगात गुंड लोक असतात, फक्त बर्लिनच्याच शाळेत नव्हे आणि त्यापैकी एकानं श्म्यूलची ही अवस्था केली असावी. आपल्या मित्राला मदत करण्याची उर्मी त्याच्या मनात एकदम उफाळून आली पण आपण त्यासाठी काय करावं हे त्याच्या लक्षात येईना, मग त्याला असं वाटलं की आपल्याला काहीच झालेलं नाही असं श्म्यूलला दाखवण्याची इच्छा आहे.

आपल्याला या तारेखालून रांगत पलीकडे येता येईल का, असं ब्रूनो रोज श्म्यूलला विचारायचा. म्हणजे त्या बाजूला दोघांना खेळता आले असते. रोज श्म्यूल त्याला नकार द्यायचा आणि ती कल्पना खोडून काढायचा.

"तू इकडे यायला इतका उतावीळ का आहेस हे मला कळत नाही," श्म्यूल म्हणाला. "इकडे फार काही चांगलं नाहीए."

"तू अजून माझ्या घरी राहिला नाहीस," ब्रूनो म्हणाला. "एकतर त्याला पाच मजले नाहीत, फक्त तीनच आहेत. इतक्या लहान जागेत कुणी कसं राहू शकेल?" तो ही गोष्ट साफ विसरून गेला होता की 'आऊट-विथ'ला येण्यापूर्वी श्म्यूल एका खोलीत अकरा लोकांबरोबर राहत होता आणि त्यांच्यातच एक मुलगा लुका त्याची काही चूक नसताना सतत त्याला मारत असायचा.

तो आणि कुंपणापलीकडचे सगळे लोक एकसारखे पट्टेरी कपडे आणि कापडी टोप्या का वापरतात असं एक दिवस ब्रूनोनं श्म्यूलला विचारलं.

"कारण आम्ही इथे आलो तेव्हा त्यांनी आम्हाला हेच कपडे घालायला दिले," श्म्यूलनं स्पष्ट केलं. "त्यांनी आमचे बाकीचे कपडे घेऊन टाकले."

"पण रोज सकाळी उठल्यानंतर तुम्हाला काहीतरी वेगळं घालावंसं नाही वाटत? तुझ्या कपाटात दुसरंही काही घालायला असेलंच की."

श्म्यूलनं डोळ्याची उघडझाप केली आणि बोलायला तोंड उघडलं, पण नंतर काही विचार करून गप्प राहण्याचं ठरवलं.

"मला उभ्या रेषांची नक्षी आवडतच नाही," ब्रूनो म्हणाला, पण हे तितकसं खरं नव्हतं. त्याला उभ्या रेघांचे कपडे आवडायचे आणि त्याला सारख्या मोठ्या पँट्स आणि शर्ट्स आणि टाय आणि बूट जे घट्ट होणारे घालावे लागायचे या गोष्टीचा उबग यायचा. श्म्यूल व त्याच्या मित्रांना मात्र दिवसभर पट्टेरी शर्ट-पायजमा घालायला मिळायचे.

काही दिवसांनंतर ब्रूनोला एकदा जाग आली तेव्हा बऱ्याच आठवड्यांनी जोरदार पावसाला सुरुवात झालेली होती. रात्री केव्हातरी तो पडायला सुरुवात झाली आणि ब्रूनोला वाटलं की आपल्याला बहुतेक त्या आवाजानं जाग आली, पण हे ठरवणं अवघड होतं कारण एकदा जाग आल्यावर ती कशानं आली हे समजणं शक्य नव्हतं. सकाळी त्यानं नाश्ता केला, तेव्हाही पाऊस सुरूच होता. सकाळी हर लिस्झ्टचे अभ्यासाचे तास चालू असतानाही पाऊस सुरूच होता. जेव्हा तो जेवत होता तेव्हाही पाऊस सुरूच होता आणि जेव्हा दुपारी त्यांचे इतिहास-भूगोलाचे तास संपले तेव्हाही पाऊस सुरूच होता. ही गोष्ट काही चांगली नव्हती; कारण याचा अर्थ त्याला आता घरातून बाहेर पडता येणार नव्हतं आणि श्म्यूलला भेटता येणार नव्हतं.

त्या दुपारी ब्रूनो एक पुस्तक घेऊन पलंगावर लोळला पण त्याला चैन पडत नव्हतं आणि तितक्यात ती 'ढ मुलगी' त्याला बघायला आत आली.

ती ब्रूनोच्या खोलीत क्वचितच यायची आणि तिचा फावला वेळ तिच्या बाहुल्या नीटनेटक्या ठेवण्यात पुन्हा पुन्हा घालवायची. पण बहुधा या ओल्या वातावरणामुळे तिला तिच्या खेळाचा कंटाळा आला होता आणि तोच खेळ पुन्हा खेळण्याची तिची तयारी नव्हती.

"तुला काय पाहिजे?" ब्रूनोनं विचारलं.

"ही स्वागत करण्याची चांगली रीत आहे," ग्रेटेल म्हणाली.

"मी वाचतोय," ब्रूनो म्हणाला.

"काय वाचतोस?" तिनं विचारलं. उत्तरादाखल न बोलता त्यानं तिच्याकडं पुस्तकाचं कव्हर केलं, जेणेकरून तिला स्वतःच नाव वाचता येईल.

तिनं तोंडाला पाणी सुटल्यासारखा आवाज ओठातून काढला आणि तिची थुंकी ब्रूनोच्या चेहऱ्यावर उडाली. "कंटाळवाणं," ती हेल काढून म्हणाली.

"ते अजिबात कंटाळवाणं नाही," ब्रूनो म्हणाला. "ती एक साहसकथा आहे. बाहुल्यांपेक्षा जास्त चांगली, हे नक्की."

ग्रेटेलनं त्याच्या चिडवण्याकडे लक्ष दिलं नाही. "तू काय करतोस?" तिनं पुन्हा मुद्दाम ब्रूनोला त्रास देण्याकरता विचारलं.

"मी तुला सांगितलं ना, मी वाचण्याचा प्रयत्न करतोय," तो चिडक्या आवाजात म्हणाला. "जर मला वाचू दिलं तर."

"मला आत्ता करायला काहीच नाहीए," ती म्हणाली. "मला हा पाऊस आवडत नाही."

ब्रूनोला नीटसं काही कळलं नाही. ती एरवीही त्याच्यासारखं संशोधन, नवीन साहस किंवा नवीन मित्र मिळवणं वगैरे काहीच करत नसे. ती सहसा कधी घर सोडून जात नसे. या परिस्थितीत तिला घरात बसण्याला पर्याय नव्हता आणि कंटाळा तिनं ओढून ताणून आणला होता. पण तरीही काही क्षण असे असतात की बहीण-भाऊ आपली नेहमीची छळ करणारी शस्त्रास्त्रं खाली ठेवून सभ्य माणसांसारखी एकमेकांशी वागू-बोलू शकतात आणि ब्रूनोला वाटलं की या क्षणांचा आपण सदुपयोग करून घ्यावा.

"मलाही पाऊस आवडत नाही," तो म्हणाला. "मला आता श्म्यूलबरोबर असायला हवं होतं. त्याला वाटेल की मी त्याला विसरलो."

त्याला काही कळायच्या आत त्याच्या तोंडून शब्द निसटून गेले होते आणि हे लक्षात आल्यावर त्याच्या पोटात कळ उठली. हे बोलल्यामुळे तो स्वतःवर मनातल्या मनात धुसफुसला.

"तू कुणाबरोबर असायला हवा होतास?'' ग्रेटेलनं विचारलं.

"काय म्हणालीस?'' डोळ्यांची उघडझाप करत तिच्याकडे बघून त्यानं विचारलं.

"तू काय म्हणालास, तू कुणाबरोबर असायला हवा होतास?'' तिनं पुन्हा विचारलं.

"मला माफ कर,'' पटकन काहीतरी सुचावं म्हणून वेळकाढूपणा करत ब्रूनो म्हणाला, "मला ऐकू नाही आलं. पुन्हा बोल.''

"तू कुणाबरोबर असायला हवं होतंस असं तू म्हणालास?'' पुढे वाकून मोठ्या आवाजात तिनं विचारलं. यावेळी मात्र चूक होण्याचा संभव नव्हता.

"मी कधीच असं म्हटलं नाही की मी कुणाबरोबर असायला हवं होतं.'' तो म्हणाला.

"हो, तू म्हणालास. तू म्हणालास की कुणाला तरी वाटेल तू त्याला विसरलास.''

"काय?''

"ब्रूनो!'' ती धमकावणीच्या सुरात ओरडली.

"तुला वेड लागलंय?'' त्यानं विचारलं. तिनं मनानंच कहाणी रचली आहे असं तिला जाणवून देण्याचा त्याचा प्रयत्न होता, पण ते त्याला काही जमलं नाही कारण तो काही आजीसारखा कसलेला अभिनेता नव्हता. ग्रेटेलनं नकारार्थी मान हलवली आणि ब्रूनोवर आपलं बोट रोखलं.

"तू काय म्हणालास ब्रूनो?'' ती ठासून म्हणाली. "तू म्हणालास की तिकडे कुणीतरी आहे ज्याच्याबरोबर तू असायला हवा होतास. कोण होता तो? सांग मला! इथे आसपास खेळायला कुणीही नाहीए, हो की नाही?''

आपली परिस्थिती कात्रीत सापडल्यासारखी झाली आहे, हे ब्रूनो समजून चुकला. पण त्याच्यात आणि त्याच्या बहिणीत एक गोष्ट समान होती. ते अजून मोठे झालेले नव्हते. आणि त्यानं जरी अजून तिला हे विचारलं नव्हतं तरी तिला देखील 'आऊट-विथ'ला त्याच्यासारखंच एकटं वाटत असेल असं समजायला भरपूर वाव होता. कारण बर्लिनला तिच्याशी खेळायला हिल्डा, इसाबेल आणि लुईस होत्या; जरी त्या मुली वैताग देणाऱ्या असल्या तरी त्या तिच्या मैत्रिणी होत्या. इथे मात्र तिच्या निर्जीव बाहुल्या सोडल्या तर दुसरं कुणीच खेळायला नव्हतं. ग्रेटेल किती वेडी

आहे हे कुणालाच माहीत नव्हतं. बहुधा तिच्या बाहुल्या तिच्याशी बोलतात असं तिला वाटत असावं.

पण तरीही एक गोष्ट मान्य करावी लागली असती की श्म्यूल त्याचा मित्र होता, तिचा नव्हता आणि त्याची मैत्री कुणाबरोबर वाटून घ्यावी असं ब्रूनोला अजिबात वाटत नव्हतं. एकच गोष्ट आता करता येण्यासारखी होती आणि ती म्हणजे थाप ठोकणं.

''माझा एक नवीन मित्र आहे,'' त्यानं सांगायला सुरुवात केली. ''एक नवीन मित्र ज्याला मी रोज भेटायला जातो. तो माझी वाट बघत असेल. पण हे तू कुणाला सांगू नकोस.''

''का बरं नको सांगू?''

''कारण तो काल्पनिक आहे,'' हे सांगताना त्यानं लाजण्याचा पुरेपूर प्रयत्न केला, अगदी ले. कोटलरसारखा, तो त्याच्या स्वित्झर्लंडमध्ये असलेल्या वडिलांची कहाणी सांगत असताना खिंडीत पकडला गेला तेव्हा जसा संकोचला तस्सा! ''आम्ही रोज एकत्र खेळतो.''

ग्रेटेल आ वासून त्याच्याकडे बघतच राहिली आणि तिला प्रचंड हसू फुटलं. ''काल्पनिक मित्र!'' ती ओरडली. ''ह्या अशा कल्पनेत रमण्यासाठी तू जरासा मोठाच आहेस, असं नाही तुला वाटत?''

आपली कहाणी खरी असावी यासाठी ब्रूनो लाजण्याचा आटोकाट प्रयत्न करत होता.

तो आळोखे-पिळोखे देत पलंगावर पसरला आणि तिच्या नजरेला नजर देण्याचं त्यानं टाळलं. ही मात्रा लागू पडली आणि त्यामुळे आपण काही फार वाईट अभिनय करत नाही असं ब्रूनोला वाटलं. त्याची इच्छा खरं म्हणजे आपला चेहरा शरमेनं लाल व्हावा अशी होती, पण हे घडणं अवघड होतं, म्हणून आतापर्यंतच्या आयुष्यात घडलेले लाजिरवाणे प्रसंग त्यानं आठवून पाहिले. कदाचित त्यामुळे आपला चेहरा लाल होईल असं त्याला वाटलं.

त्याला आठवलं एकदा तो बाथरूमचं दार लावायला विसरला होता आणि अचानक आजी आत आली आणि तिनं सगळं पाहिलं. त्याला हे ही आठवलं की एकदा त्यानं वर्गात हात वर केला होता आणि शिक्षिकेला चुकून 'आई' अशी हाक मारली होती, तेव्हा सगळा वर्ग त्याला हसला होता. एकदा तर सायकलवर खास कसरत करत असताना मुलींच्या एका

घोळक्यासमोर तो आपटला होता आणि त्याचा गुडघा फुटून तो रडला होता.

यापैकी एका युक्तीचा खरंच परिणाम झाला आणि त्याचा चेहरा लाल व्हायला लागला.

"एकदा स्वत:कडे बघ," ग्रेटेलच्या बोलण्यामुळे त्याची खात्रीच पटली. "तुझा चेहरा किती लाल झालाय."

"कारण मला तुला ते सांगायचं नव्हतं."

ब्रूनो हसला कारण त्याला दोन गोष्टी माहीत होत्या. पहिली गोष्ट म्हणजे त्याची थाप पचली होती आणि दुसरी म्हणजे या खोलीत जर कुणी 'ढ' असलंच तर ते तो नव्हता.

"मला एकट्याला राहू दे. मला पुस्तक वाचायचं आहे," तो म्हणाला. "काय रे, तू गुपचुप पडून आणि डोळे का मिटून घेत नाहीस, म्हणजे तुझा काल्पनिक मित्र तुला पुस्तक वाचून दाखवेल. तुझं एक काम वाचेल." ग्रेटेल म्हणाली.

हे बोलून त्याच्यावर आपण कशी कडी केली याचा तिला अतिशय आनंद झाला शिवाय ही गोष्ट ती अशी घाईघाईत सोडून जाणार नव्हती.

"त्यापेक्षा मी त्याला तुझ्याकडे पाठवतो, म्हणजे तो तुझ्या सगळ्या बाहुल्या खिडकीबाहेर भिरकावून देईल," तो म्हणाला.

"करूनच बघ, मग मी तुला मजा दाखवते," ग्रेटेल म्हणाली. त्याला माहीत होतं की ती तिचं म्हणणं खरं करून दाखवेल. "ब्रूनो, मला एक सांग, तू आणि तुझा तो काल्पनिक मित्र एकत्र नक्की काय करता की ज्यामुळे तो तुझ्यासाठी एवढा खास आहे?"

ब्रूनोनं जरा विचार केला. त्याला हे जाणवलं की खरं म्हणजे त्याला श्म्यूलविषयी बोलायची इच्छा होती आणि आता त्याचं खरं अस्तित्व उघड न करताही त्याला ही गोष्ट साध्य करता येणार होती.

"आम्ही खूप विषयांवर बोलतो," त्यानं तिला सांगितलं. "मी त्याला आपल्या बर्लिनच्या घराबद्दल सांगतो आणि तेथील बाकीच्या घरांबद्दल, रस्त्यांबद्दल, फळांच्या, भाज्यांच्या गाळ्यांबद्दल, रेस्टॉरंट्सबद्दल आणि जर इकडून तिकडे धक्के खायचे नसतील तर तुम्ही कसे शनिवारी दुपारी भर बाजारात जायला नको त्याबद्दल, आणि कार्ल, डॅनिएल आणि मार्टिनबद्दल आणि ते कसे माझे आयुष्यभरासाठीचे पक्के मित्र होते त्याबद्दल."

"किती छान," ग्रेटेल उपरोधानं म्हणाली. तिचा नुकताच वाढदिवस झाला होता आणि ती तेरा वर्षांची झाली होती, त्यामुळे उपरोधिक बोलणं ही सुसंस्कृतपणाची परमावधी असते असा नवीन विचार तिच्या डोक्यात उगम पावला होता. "आणि तो तुला काय सांगतो?"

"तो मला त्याच्या कुटुंबाबद्दल सांगतो आणि तो घड्याळाच्या दुकानाच्या वर रहायचा त्याबद्दल आणि इथे येताना आलेले थरारक अनुभव आणि त्याला पूर्वी असलेले मित्र आणि इथल्या ओळखीच्या लोकांबद्दल आणि तो पूर्वी ज्यांच्याबरोबर खेळायचा पण आता त्याचा निरोप न घेताच नाहीशा झालेल्या मुलांबद्दल."

"त्याच्या या सगळ्या गोष्टी हास्यास्पद वाटतात. तो म्हणजे विनोदाचं भांडार दिसतो. तो माझा काल्पनिक मित्र असायला हवा होता," ग्रेटेल म्हणाली.

"काल त्यानं मला सांगितलं की त्याचे आजोबा बऱ्याच दिवसांपासून दिसत नाहीत आणि ते कुठे आहेत कुणालाच माहीत नाही. जेव्हा तो त्याच्या बाबांना त्यांच्याबद्दल विचारतो, तेव्हा ते रडायला लागतात आणि त्याला इतकी घट्ट मिठी मारतात की आपण गुदमरून मरून जाऊ अशी त्याला भीती वाटते."

ब्रूनोनं वाक्य संपवलं आणि त्याला जाणवलं की त्याचा आवाज खूप शांत आणि गंभीर झाला आहे. या गोष्टी श्म्यूलनं त्याला खरंच सांगितल्या होत्या, पण काही कारणानं त्यावेळी ब्रूनोला हे जाणवलं नव्हतं की त्याचा मित्र किती दु:खी झाला होता. जेव्हा आता मोठ्यानं तो या गोष्टी बोलला तेव्हा त्याच्या लक्षात आलं की आपलं वागणं त्यावेळी किती भयंकर होतं. त्यानं श्म्यूलचं सांत्वन करण्याचा जराही प्रयत्न न करता संशोधन करण्यासारख्या मूर्ख बडबडीला सुरुवात केली होती. 'मी त्याची उद्या त्याबद्दल माफी मागेन,' तो स्वत:शीच म्हणाला.

"जर बाबांना हे कळलं की तू असल्या काल्पनिक मित्रांशी बोलतोस, तर तुझी चांगली खरडपट्टी निघेल," ग्रेटेल म्हणाली. "मला वाटतं तू हे बंद करावंस."

"का?" ब्रूनोनं विचारलं.

"कारण हे निरोगीपणाचं लक्षण नाही," ती म्हणाली. "वेड लागण्याचं हे पहिलं चिन्ह आहे."

ब्रूनोनं मान डोलवली. "मला नाही वाटत मी थांबू शकेन,"

बराच वेळ गेल्यानंतर तो म्हणाला. "मला हे थांबवायची इच्छा नाही."

"बरं, ठीक आहे," ग्रेटेल म्हणाली. सेकंदा सेकंदानं तिचं वागणं सौहार्दपूर्ण होत चाललं होतं. "मी जर तुझ्या जागी असते तर मी हे गुपित ठेवलं असतं."

"हो," चेहऱ्यावर दुःख दाखवायचा प्रयत्न करत ब्रूनो म्हणाला, "तू म्हणतेस ते बरोबर आहे. तू कुणाला हे सांगणार नाहीस ना?" तिनं नकारार्थी मान हलवली. "कुणालाच नाही. फक्त माझ्या काल्पनिक मैत्रिणीला."

ब्रूनोनं मोठा श्वास घेतला. "तुला पण तसं कुणी आहे?" त्यानं विचारलं. त्याच्या डोळ्यांपुढे चित्र तरळलं की कुंपणाच्या दुसऱ्या टोकाला तिच्या वयाची एक मुलगी तिच्याशी बोलतेय, दोघीजणी एकमेकींशी तासनतास उपरोधिकपणे बोलताहेत.

"नाही," ती हसत हसत म्हणाली. देवाच्या कृपेनं! मी आता तेरा वर्षांची आहे, तू जरी तसं वागत असलास तरी मला लहान मुलासारखं वागणं परवडणार नाही."

आणि असं बोलून ती तरातरा खोलीबाहेर पडली. ब्रूनोला मग तिचं बोलणं ऐकू आलं. हॉलच्या पलीकडे असलेल्या तिच्या खोलीत ती तिच्या बाहुल्यांशी बोलत होती आणि त्यांनी घातलेल्या गोंधळाबद्दल त्यांना रागवत होती. तिची पाठ फिरल्या फिरल्या त्यांनी जो पसारा घातला होता त्यामुळे त्यांची पुन्हा नव्यानं मांडणी करण्याशिवाय तिला गत्यंतर नव्हतं, हे त्यांना सांगत होती, आणि तिचा वेळ घालवण्यासाठी तिला दुसरा काहीच उद्योग नाही असं त्या बाहुल्यांना वाटतंय का, असं त्यांना विचारत होती.

"काही काही माणसं!" कामाला लागण्यापूर्वी ती मोठ्यानं म्हणाली.

ब्रूनोनं पुन्हा पुस्तक वाचण्याचा प्रयत्न केला पण आता त्याचा त्यातला रस संपला होता आणि तो बाहेर पावसाकडे बघत राहिला. तो विचार करत होता की श्म्यूल जिथे कुठे असेल तिथे त्याला आपल्याशी होणाऱ्या संभाषणाची आपल्याला येतेय तितकीच तीव्रतेनं आठवण येत असेल का?

एक अशी गोष्ट, जी ...

पुढचे काही आठवडे पाऊस येत राहिला आणि जात राहिला, येत राहिला आणि जात राहिला त्यामुळे ब्रूनो व श्म्यूलला एकमेकांना मनसोक्त भेटता आलं नाही. जेव्हा ते भेटले तेव्हा ब्रूनोला आपल्या मित्राची खूप काळजी वाटायला लगली कारण दिवसेंदिवस तो अधिकाधिक बारीक होत चालला होता आणि त्याचा चेहराही फिकट होत चालला होता. काही वेळा तो आपल्याबरोबर जास्त ब्रेड आणि चीज घेऊन जात असे आणि अधूनमधून श्म्यूलला देण्यासाठी चॉकलेट केकचा मोठा तुकडा खिशात लपवून नेण्यात यशस्वी होत असे, पण घरापासून त्यांच्या भेटीची कुंपणाजवळची जागा, फार लांब असल्याने काही वेळा ब्रूनोला रस्त्यात भूक लागे आणि एक केकचा तुकडा खाल्ला की आणखी एक खावासा वाटे आणि मग आणखी एक खावासा वाटे आणि असं करत करत एखादाच घास उरे. अशा वेळी फक्त एकच घास त्याला देऊन त्याची भूक चाळवणं ब्रूनोला योग्य वाटत नसे; कारण एका घासानं त्याचं समाधान होणार नाही हे त्याला ठाऊक असे.

बाबांचा वाढदिवस जवळ येत होता आणि जरी बाबांना कोणताही समारंभ नको होता, तरी आईनं 'आऊट-विथ' ला येणाऱ्या अधिकाऱ्यांसाठी एक पार्टी ठेवली होती आणि त्याच्या तयारीसाठी मोठी गडबड उडवून दिली होती. ती पार्टीच्या नवनवीन योजना आखायला बसायची, तेव्हा ले. कोटलर तिच्या मदतीला जवळ तत्पर असायचा आणि दोघं मिळून आवश्यकतेपेक्षा जास्त याद्या तयार करत असत.

ब्रूनोनं आपलीही एक यादी तयार करण्याचं ठरवलं. ले. कोटलर त्याला कोणकोणत्या कारणांमुळे आवडत नव्हता याची ती यादी होती.

एक मुख्य गोष्ट म्हणजे तो कधीही हसत नसे आणि त्याच्याकडे पाहिल्यावर नेहमी असं वाटत असे की तो सतत कुणाशीतरी पंगा घेण्याच्या तयारीत असावा.

ज्या काही क्वचित प्रसंगी तो ब्रूनोशी बोलत असे, तेव्हा तो त्याला 'छोट्या दोस्ता' असं संबोधत असे, जे अतिशय दुष्टपणाचं होतं कारण आईच्या म्हणण्यानुसार अजून ब्रूनो वाढीला लागलेला नव्हता. म्हणून 'छोटा' असं संबोधलेलं त्याला आवडायचं नाही.

अजून एक सांगण्यासारखी गोष्ट म्हणजे तो सतत आईबरोबर दिवाणखान्यात असे आणि काहीतरी विनोद सांगत असे आणि आई त्याच्या विनोदांना इतकी हसत असे, तेवढी ती बाबांच्या विनोदांना सुद्धा हसत नसे. एकदा ब्रूनो आपल्या बेडरूमच्या खिडकीतून कॅम्पकडे बघत असताना त्याला दिसलं की एक कुत्रा कुंपणाजवळ येऊन भुंकायला लागला. ले. कोटलरनं त्याचं भुंकणं ऐकलं तेव्हा तो ढांगा टाकत थेट त्या कुत्र्याजवळ गेला आणि त्याला गोळी घातली. कोटलरला पाहिल्यावर ग्रेटेलचं लगेच बाहेर येणं वगैरे तर मूर्खपणा होता.

ब्रूनो अजून ती संध्याकाळ विसरला नव्हता ज्या दिवशी मुळात डॉक्टर असलेल्या पण वेटर झालेल्या पावेलवर तो तरुण लेफ्टनंट भयानक संतापला होता.

जेव्हा बाबा कामासाठी बर्लिनला रात्रीच्या मुक्कामी जात असत तेव्हा ले. कोटलर घरात असा काही वावरत असे जसा काही घराचा ताबा त्याच्याकडे होता: ब्रूनो जेव्हा झोपायला जाई तेव्हाही तो तिथेच असे आणि तो सकाळी जागा होण्यापूर्वीच परत हजर झालेला असे.

ब्रूनोला ले. कोटलर न आवडण्याची अजून बरीच कारणं होती पण ही कारणं ताबडतोब त्याच्या मनात येत असत.

वाढदिवसाच्या दिवशी दुपारच्या वेळी ब्रूनो त्याच्या खोलीत दार उघडं ठेवून बसला असताना ले. कोटलर घरात येता येता कुणाशी तरी बोलल्याचा आवाज त्याला ऐकू आला, पण दुसऱ्या माणसाचा उत्तरादाखल आवाज मात्र आला नाही. काही वेळानंतर जेव्हा ब्रूनो खाली उतरत होता तेव्हा त्यानं आईला कुणाला तरी सूचना देताना ऐकलं. त्यावर ले. कोटलर म्हणाला,

"काही काळजी करू नका. आपल्या ब्रेडला कोणत्या बाजूला लोणी लावलेलं आहे हे याला चांगलं माहिती आहे," आणि छद्मीपणानं हसत सुटला.

ब्रूनो बाबांनी दिलेलं नवीन पुस्तक ट्रेझर-आयलंड घेऊन दिवाणखान्याकडे निघाला. चांगलं तास-दोन तास बसून ते वाचण्याचा त्याचा इरादा होता; पण तो हॉलमधून जात असता ले. कोटलर त्याला सामोरा आला, तो नुकताच स्वयंपाकघरातून बाहेर पडला होता.

"हॅलो, छोट्या दोस्ता," नेहमीप्रमाणे तुच्छतेचा दृष्टिक्षेप टाकत तो म्हणाला.

"हॅलो," कपाळाला आठ्या घालत ब्रूनो म्हणाला.

"तुझं काय चाललं आहे?"

ब्रूनोनं त्याच्याकडे रोखून पाहिलं आणि तो न आवडण्याची आणखी सात कारणं त्याच्या डोक्यात आली. "मी तिथे बसून पुस्तक वाचणार आहे," दिवाणखान्याकडे बोट दाखवून ब्रूनो म्हणाला.

एक शब्दही न बोलता कोटलरनं त्याच्या हातातून पुस्तक हिसकावून घेतलं आणि भराभर पानं उलटत ते चाळायला लागला. "ट्रेझर आयलंड," तो म्हणाला. "हे कशाबद्दल आहे?"

"तिथे एक बेट असतं," आपलं बोलणं त्या सैनिकाच्या डोक्यात शिरावं म्हणून एकेक शब्द सावकाश उच्चारत ब्रूनो म्हणाला. "आणि त्याच्यावर एक खजिना असतो."

"हां, तेवढं मला समजलं असतं," कोटलर म्हणाला आणि त्याच्याकडे अशा नजरेनं बघत राहिला जणू काही तो कमाण्डण्टचा मुलगा नसता, त्याचा स्वत:चा मुलगा असता तर त्यानं त्या मुलाबरोबर काय काय केलं असतं. "त्याबद्दल मला असं काहीतरी सांग जे मला माहीत नाही."

"त्यांच्यात एक चाचा असतो," ब्रूनो म्हणाला. "त्याचं नाव लाँग जॉन सिल्वर आणि एक मुलगा ज्याचं नाव जिम हॉकिन्स."

"इंग्लिश मुलगा?" कोटलरनं विचारलं.

"हो," ब्रूनो म्हणाला.

"छे, छे," दातओठ खात कोटलर म्हणाला.

ब्रूनो त्याच्याकडे पाहत होता आणि तो आता पुस्तक कधी देतोय याचा विचार करत होता. त्याला खरं म्हणजे पुस्तकात काही रस नसावा, पण ब्रूनोनं ते घेण्याचा प्रयत्न करताच त्यानं ते पटकन बाजूला घेतलं.

“सॉरी,” तो म्हणाला. त्यानं पुस्तक पुढे केलं आणि जेव्हा ब्रूनोनं ते पुन्हा घेण्याचा प्रयत्न केला तेव्हा पुन्हा बाजूला घेतलं.

“अरे, मला माफ कर,” तो पुन्हा म्हणाला आणि पुन्हा त्यानं पुस्तक पुढे केलं, पण यावेळी मात्र ब्रूनोनं झपाट्यानं तो ते बाजूला ओढण्याच्या आत हस्तगत केलं, कोटलरच्या अपेक्षेपेक्षा जास्त वेगानं.

“जरा जास्तच चपळ आहेस,” दातांवर दात रोवून ले. कोटलर पुटपुटला.

ब्रूनो त्याच्या जवळून पलीकडे जायला लागला पण आज का कोण जाणे, ले. कोटलरला त्याच्याशी बोलण्याची इच्छा होती.

“पार्टीसाठी आपण सगळे एकदम तयार आहोत, काय?” त्यानं विचारलं.

“मी तरी आहे,” सध्या जास्त वेळ ग्रेटेलच्या सहवासात घालवत असल्यामुळे उपरोधानं बोलणं ब्रूनोला आवडायला लागलं होतं. “मला तुमच्याबद्दल नाही सांगता येणार.”

“इथे खूप लोक येणार आहेत,” असं म्हणत ले. कोटलरनं एक खोल श्वास घेतला आणि सभोवार नजर टाकली, जसं काही ते त्याचं स्वतःचं घर होतं; ब्रूनोचं नव्हतं. “आपण सगळे अगदी नीट वागणार आहोत, हो की नाही?”

“मी तर वागणार आहे,” ब्रूनो म्हणाला. “मी तुमच्याविषयी काही सांगू शकत नाही.”

“इतका छोटा असूनही जीभ मात्र चुरुचुरु चालते हं तुझी,” ले. कोटलर म्हणाला.

ब्रूनोनं डोळे बारीक केले. आपण अधिक उंच, ताकदवान आणि आठ वर्षांनी मोठे असायला हवं होतो अशी त्याला इच्छा झाली. रागाचा आगडोंब त्याच्या मनात उसळला आणि आपल्याला जे बोलायचं आहे ते बोलण्याचं धैर्य आपल्यात यावं अशी तीव्र उर्मी जागी झाली. त्याला वाटलं की आपण कसं वागावं हे एकवेळ आई-बाबांनी सांगणं ठीक आहे कारण ते अगदी सयुक्तिक आणि अपेक्षित आहे पण दुसऱ्या कुणी हे सांगणं म्हणजे जरा अतीच झालं. अगदी ‘लेफ्टनंट’ असं रुबाबदार नाव धारण करणाऱ्यानंसुद्धा.

“अरे कर्ट, तू अजून इथेच आहेस,” स्वयंपाकघरातून निघून त्यांच्याकडे येत आई म्हणाली. “मला आता थोडा रिकामा वेळ आहे.... अरे!”

ब्रूनोला तिथे उभा पाहून ती म्हणाली. "ब्रूनो, तू इथे काय करतोस?"

"मी दिवाणखान्यात माझं पुस्तक वाचायला चाललो होतो," ब्रूनो म्हणाला. "म्हणजे तसा प्रयत्न करत होतो."

"बरं, जरा वेळ स्वयंपाकघरात जाऊन बस," ती म्हणाली. "मला जरा ले. कोटलरशी बोलायचंय."

आणि ते दोघं दिवाणखान्यात गेले, मग ले. कोटलरनं ब्रूनो तिथे उभा असतानाच दार लावून घेतलं.

रागानं धुमसत ब्रूनो स्वयंपाकघरात गेला. तिथे गेल्यावर त्याच्या आयुष्यातला सगळ्यात मोठा धक्का त्याला बसला. तिथे, पार लांबून, कुंपणाच्या पलीकडून आलेला श्म्यूल टेबलवर बसला होता. ब्रूनोचा आपल्या डोळ्यांवर विश्वास बसेना.

"श्म्यूल!" तो म्हणाला. "तू इथे काय करतोएस?"

श्म्यूलनं वर पाहिलं आणि त्याच्या भेदरलेल्या चेहऱ्यावर आपल्या मित्राला बघून एकदम हसू उमटलं. "ब्रूनो!" तो म्हणाला.

"तू इथे काय करतोएस?" ब्रूनोनं पुन्हा विचारलं. त्या कुंपणाच्या पलीकडे नक्की काय चालतं हे जरी त्याला माहीत नसलं तरी त्या लोकांभोवती असं काही वातावरण तयार झालं होतं की ते आपल्या घरी येणं कधीच शक्य नाही असं त्याच्या मनात ठसलं होतं.

"त्यांनी मला आणलं," श्म्यूल म्हणाला.

"तो?' ब्रूनोनं विचारलं. "तुला ले. कोटलर म्हणायचंय का?"

"हो. ते म्हणाले की इथे माझ्यासाठी काम आहे."

औषधी काढे देताना वापरले जातात ते चौसष्ट छोटे काचेचे ग्लास आईने टेबलावर मांडलेले ब्रूनोला दिसले. त्यांच्याजवळ साबणाचं गरम पाणी एका भांड्यात भरून ठेवलं होतं आणि खूप सारे पेपर नॅपकिन्स.

"तू हे काय करतोस?" ब्रूनोनं विचारलं.

"त्यांनी मला ग्लास स्वच्छ करायला सांगितलं आहे," श्म्यूल म्हणाला. "ते म्हणाले की छोटी बोटं असलेला कुणीतरी हवा आहे."

ब्रूनोला जे आधीच माहीत होतं तेच पुन्हा दाखवताना श्म्यूलनं आपले हात पुढे केले आणि ते पाहून ब्रूनोला हर लिस्झ्टनं आणलेल्या हाडांच्या सापळ्याच्या हातांची आठवण झाली. शरीररचनाशास्त्र शिकवण्यासाठी त्यांनी तो सापळा एकदा आणला होता.

'मी हे आधी पाहिलं नव्हतं,' तो अविश्वासानं स्वतःशीच बोलल्यासारखा बोलला.

"काय नव्हतं पाहिलं?" श्म्यूलनं विचारलं.

उत्तरादाखल ब्रूनोनं आपला हात पुढे केला तेव्हा त्यांची मधली बोटं एकमेकांना टेकली. "आपले हात," तो म्हणाला. 'ते किती वेगळे आहेत, बघ!"

दोघांनी एकदमच त्या हातांकडे पाहिलं. फरक तर स्पष्टच दिसत होता. जरी ब्रूनो त्याच्या वयाच्या मानानं लहान दिसत असला आणि लठ्ठ नसला, तरी त्याचा हात रसरशीत आणि निरोगी दिसत होता. त्याच्या शिरा स्पष्ट दिसत होत्या आणि छोट्याशा फांद्यांसारखी बोटं दिसत होती. श्म्यूलचा हात मात्र वेगळीच कहाणी सांगत होता.

"तुझा हात असा कसा झाला?" ब्रूनोनं विचारलं.

"मला माहीत नाही," श्म्यूल म्हणाला. "तो आधी खूपसा तुझ्या हातासारखा दिसायचा, पण तो इतका बदललाय हे माझ्या लक्षात आलं नाही. माझ्या बाजूचा प्रत्येक माणूस आता असाच दिसतो."

ब्रूनोच्या कपाळाला आठ्या पडल्या. त्याच्या मनात पट्टेरी पायजम्यात असलेल्या लोकांबद्दल विचार आला आणि 'आऊट-विथ' ला नक्की काय चाललं आहे याचं कुतूहल वाटायला लागलं. लोक जर असे रोगट होत असतील तर ती खूप वाईट गोष्ट आहे असंही त्याच्या मनात आलं. या सगळ्याचा त्याला काहीच अर्थ लागेना. श्म्यूलच्या हाताकडे त्याला आता बघवेना, म्हणून ब्रूनो वळला आणि फ्रिज उघडून आतमध्ये काही खायला आहे का ते शोधू लागला. आत दुपारच्या जेवणासाठी बनवलेलं 'भरलेलं चिकन' त्याला दिसलं आणि त्याचे डोळे आनंदाने लकाकले कारण त्याच्या जगात ज्या काही थोड्या अत्यंत आवडत्या गोष्टी होत्या त्यात भाजी आणि कांद्याचं सारण भरलेलं थंडगार चिकन ही एक होती. त्यानं ड्रॉवरमधून सुरी काढली, स्वतःसाठी काही गुबगुबीत तुकडे कापून घेतले आणि त्यावर सारण चोपडलं आणि आपल्या मित्राकडे वळला.

"तू इथे आलास म्हणून मला खूप आनंद झाला आहे," तोंडात घास असतानाच तो म्हणाला. "तुला जर ग्लास स्वच्छ करायचे नसते तर मी तुला माझी खोली दाखवली असती."

''त्यांनी मला सांगितलंय की इथून अजिबात हलायचं नाही. नाहीतर माझं काही खरं नाही.''

''मी त्यांच्याकडे लक्ष देत नाही,'' शूर असल्याचा आव आणत ब्रूनो म्हणाला. ''हे काही त्यांचं घर नाही, माझं आहे आणि जेव्हा बाबा इथे नसतात तेव्हा मी इथला मालक असतो. तुला माहीत आहे, ले. कोटलरनं अजून 'ट्रेझर आयलंड' वाचलेलं नाही?''

श्म्यूलच्या चेहऱ्यावर असे काही भाव होते की जणू त्याला बोललेलं काहीच ऐकू येत नव्हतं; त्याऐवजी त्याचं सगळं लक्ष ब्रूनो तोंडात टाकत असलेल्या चिकनच्या तुकड्यांवर आणि सारणावर होतं. श्म्यूल कुठे पाहतो आहे हे ब्रूनोच्या काही वेळानंतर लक्षात आलं आणि तो एकदम ओशाळला.

''मला माफ कर श्म्यूल,'' तो पटकन म्हणाला. ''मी तुला थोडं चिकन द्यायला पाहिजे होतं. तुला भूक लागली आहे का?''

''हा असा प्रश्न मला विचारायची गरज नसते,'' श्म्यूल जरी आजवर ग्रेटेलला भेटला नव्हता, तरी उपरोधिक बोलण्याविषयी बरंच काही जाणून होता.

''थांब जरा, मी तुझ्यासाठी पण थोडे कापून आणतो,'' ब्रूनो म्हणाला आणि फ्रिज उघडून तीन मोठे तुकडे त्यानं कापून आणले.

''नको, जर ते आले तर....'' श्म्यूलनं जोरजोरात मान हलवून नकार दिला आणि दाराकडे चोरटे कटाक्ष टाकले.

''कोण आलं तर? म्हणजे ले. कोटलर?''

''मी फक्त ग्लास स्वच्छ करण्यासाठी आलोय,'' निराशेनं पाण्याच्या भांड्याकडे बघत आणि पुन्हा ब्रूनोनं पुढे केलेल्या चिकनच्या तुकड्यांकडे बघत श्म्यूल म्हणाला.

''ते काही म्हणणार नाहीत,'' श्म्यूलच्या वागण्यामुळे आणि घाबरण्यामुळे गोंधळलेला ब्रूनो म्हणाला. ''हे फक्त खाणं आहे.''

''मी नाही घेऊ शकत,'' मान हलवत आणि रडकुंडीला येत श्म्यूल म्हणाला. ''ते इथे येतील, मला माहीत आहे ते येतील,'' तो भराभर एकमेकांत गुंतलेली वाक्यं म्हणायला लागला, ''तू मघाशी मला दिलंस तेव्हाच मी ते खायला हवं होतं, आता खूप उशीर झाला, मी जर आता ते घेतलं तर ते येतील आणि....''

''श्म्यूल! ऐक जरा!'' ब्रूनो म्हणाला आणि पुढे होऊन त्यानं ते तुकडे

आपल्या मित्राच्या हातात ठेवले. "खाऊन टाक. आम्हाला चहाच्या वेळी खायला अजून पुष्कळ आहे. तू त्याची चिंता करू नकोस."

त्या मुलानं आपल्या हातातल्या खाऊकडे आणि मग ब्रूनोकडे मोठेमोठे डोळे करून बघितलं ज्यात कृतज्ञता आणि भीती यांचं मिश्रण होतं. त्यानं दाराकडे एक कटाक्ष टाकला आणि मग काहीएक निश्चय करून तीनही तुकडे एकदम तोंडात टाकले आणि फक्त वीस सेकंदात ते खाऊन फस्त केले.

"अरे, इतक्या घाईघाईनं खायची गरज नव्हती," ब्रूनो म्हणाला. "सगळं उलटून पडेल."

"मला त्याची फिकीर नाही," सौम्य हसत श्म्यूल म्हणाला. "थँक यू, ब्रूनो."

ब्रूनोही हसला. तो श्म्यूलला अजून काही खायला देणार, तेवढ्यात ले. कोटलर स्वयंपाकघरात अवतरला आणि दोन्ही मुलांना बोलताना बघून थबकला. ब्रूनो त्याच्याकडे एकटक बघत राहिला, वातावरणात तणाव भरल्याचं जाणवत होतं, श्म्यूलचे खांदे झुकल्याचंही त्याला जाणवलं. श्म्यूलनं ग्लास उचलला आणि स्वच्छ पुसायला सुरुवात केली. ब्रूनोकडे ढुंकूनही न पाहता ले. कोटलर दमदार पावलं टाकत श्म्यूलकडे गेला आणि जळजळीत नजरेनं त्याच्याकडे पाहत राहिला.

"काय करतोएस तू?" तो खेकसला. "तुला मी ग्लास स्वच्छ करायला सांगितलं होतं ना?"

श्म्यूलनं होकारार्थी मान डोलवली. दुसरा नॅपकिन उचलून पाण्यात बुडवताना तो किंचित थरथरायला लागला.

"तुला या घरात बोलायची परवानगी कुणी दिली?" कोटलर पुढे म्हणाला. "तू माझा हुकूम डावलण्याची हिंमत कशी करू शकतोस?"

"नाही साहेब," श्म्यूल हळूच म्हणाला. "मला माफ करा, साहेब."

त्यानं मान वर करून ले. कोटलरकडे पाहिलं. कोटलरनं कपाळाला आठ्या घातल्या, पुढे वाकला आणि मान वाकडी करून त्याचा चेहरा निरखू लागला. "तू काही खात होतास?" त्यानं शांत आवाजात विचारलं, जणू काही त्याचाच त्याच्या बोलण्यावर विश्वास नव्हता.

श्म्यूलनं मानेनंच नकार दिला.

"तू नक्की खात होतास," ले. कोटलर ठामपणानं म्हणाला. "तू फ्रिजमधून काही चोरलंस का?"

श्म्यूलनं बोलायला तोंड उघडलं आणि मिटून घेतलं. त्यानं पुन्हा तोंड उघडलं आणि शब्द शोधायला लागला पण शब्दच फुटेनात. त्यानं ब्रूनोकडे पाहिलं, त्याचे डोळे मदतीची याचना करत होते.

"मला उत्तर दे!" ले. कोटलर गरजला. "तू फ्रिजमधून काही चोरलस का?"

"नाही साहेब. त्यानं मला दिलं," श्म्यूलचे डोळे भरून आले आणि त्यानं ब्रूनोकडे तिरपा कटाक्ष टाकला. "तो माझा मित्र आहे," त्यानं पुस्ती जोडली.

"तुझा....?" गोंधळलेल्या नजरेनं ब्रूनोकडे बघत ले. कोटलर म्हणाला. तो जरासा अडखळला. "तो तुझा मित्र आहे, याचा काय अर्थ आहे?" त्यानं विचारलं. "तुला हा मुलगा माहीत आहे, ब्रूनो?"

ब्रूनोचं तोंड आपोआप उघडलं आणि 'हो' म्हणताना आपण आपल्या तोंडाची हालचाल कशा प्रकारे करतो, हे तो आठवण्याचा प्रयत्न करू लागला. त्यानं आतापर्यंत कुणालाही श्म्यूलइतकं घाबरलेलं पाहिलं नव्हतं आणि परिस्थिती सुधारण्यासाठी योग्य शब्द वापरण्याची त्याची खूप इच्छा होती; पण त्याला जाणवलं की त्याला ते करणं शक्य नाही, कारण तो स्वतःच खूप घाबरला होता.

"तू या मुलाला ओळखतोस?" ले. कोटलरनं मोठ्यानं विचारलं. "तू कैद्यांशी बोलत होतास?"

"मी.....मी आत आलो तेव्हा तो इथेच होता," ब्रूनो म्हणाला. "तो ग्लास पुसत होता."

"मी तुला हे विचारलेलं नाही," कोटलर म्हणाला. "तू त्याला याआधी भेटला आहेस? तू त्याच्याशी बोलला आहेस? तू त्याचा मित्र आहेस असं तो का म्हणाला?"

ब्रूनोला वाटलं की पळून जावं. त्याला ले. कोटलरबद्दल प्रचंड तिरस्कार वाटला, पण तो त्याच्याकडे चालत येत होता. त्या क्षणी ब्रूनोला ती दुपार आठवत होती, कोटलरला कुत्र्याला गोळी घालताना पाहिलं होतं ती दुपार आणि त्या संध्याकाळी पावेलचा त्याला इतका राग आला होता की त्यानं

"ब्रूनो, मला सांग!" रागानं लाल होत कोटलर ओरडला. "मी तुला पुन्हा तिसऱ्यांदा विचारणार नाही."

"मी त्याच्याशी कधीच बोललेलो नाही," ब्रूनो पटकन म्हणाला. "मी

त्याला माझ्या आयुष्यात कधी पाहिलेलं नाही. मी त्याला ओळखत नाही."

ले. कोटलरनं मान डोलवली, त्याचं या उत्तरानं समाधान झालेलं दिसलं. अगदी सावकाश त्यानं आपला मोर्चा परत श्म्यूलकडे वळवला, जो आता रडत नव्हता, नुसता जमिनीकडे एकटक बघत होता आणि जणू काही त्याच्या आत्म्याला हे पटवत होता की त्या चिमुकल्या देहात त्यानं आता राहू नये; त्यातून निसटून, दारातून तरंगत तरंगत बाहेर जावं आणि आकाशात उंच उंच जात ढगांमधून सरकत सरकत खूप खूप लांब जावं.

"तू हे ग्लास पुसायचं काम संपव," ले. कोटलर हे अतिशय हळू आवाजात म्हणाला, इतकं हळू की ब्रूनोला ऐकूच आलं नाही. जणू काही त्याचा सगळा राग दुसऱ्या कशात तरी रूपांतरित झाला होता; विरुद्ध भावनेत नाही तर काहीतरी अनपेक्षित आणि भयंकर अशा गोष्टीत. "मग मी तुला घ्यायला येईन आणि परत कॅम्पवर घेऊन जाईन, तिथे आपण चोरी करणाऱ्या मुलाचं पुढे काय होतं या विषयावर चर्चा करू. हे लक्षात आलं का?"

श्म्यूलनं मान हलवली आणि दुसरा नॅपकिन उचलून पुढचा ग्लास पुसायला सुरुवात केली; ब्रूनोनं पाहिलं की त्याची बोटं थरथर कापत होती आणि ग्लास फुटायची त्याला भीती वाटत होती. त्याचं हृदय कळवळलं पण इच्छा असूनही त्याला दुसरीकडे बघता येईना.

"चल, छोट्या दोस्ता," ले. कोटलर म्हणाला. ब्रूनोच्या जवळ येऊन कोरडेपणानं त्याच्या खांद्यावर हात ठेवत तो पुढे बोलला, "तू दिवाणखान्यात जा आणि तुझं पुस्तक वाच आणि या XXX ला इथेच त्याचं काम करत राहू दे." पावेलला जेव्हा त्यानं त्याला टायर शोधायला पाठवलं होतं तेव्हा त्याच्यासाठी त्यानं जो शब्द वापरला होता तोच आताही वापरला.

ब्रूनोनं मुकाट्यानं मान डोलवली, तो मागे फिरला आणि वळून न पाहता स्वयंपाकघरातून निघाला. त्याच्या पोटात ढवळत होतं आणि आपल्याला उलटी होईल की काय असं त्याला वाटलं. त्याला आतापर्यंतच्या आयुष्यात इतकं लाजिरवाणं कधीच वाटलं नव्हतं; आपण इतक्या दुष्टपणानं वागू शकू याची त्यानं कधी कल्पना पण केली नव्हती. त्याला याचं आश्चर्य वाटत होतं की आपण स्वतःला एक चांगला मुलगा आहोत असं समजत होतो, मग आपल्या मित्राशी असे भेकडासारखे कसे वागू शकलो. कित्येक तास तो दिवाणखान्यात बसून राहिला पण पुस्तकात त्याचं लक्ष लागेना

आणि संध्याकाळी उशिरापर्यंत स्वयंपाकघरात जाण्याची त्याची हिंमत झाली नाही. त्याआधीच ले. कोटलरनं परत येऊन श्म्यूलला घेऊन त्याच्या कॅम्पवर नेऊन सोडलं होतं.

त्यानंतर रोज दुपारी, ब्रूनो कुंपणाजवळच्या त्यांच्या भेटीच्या जागी जात राहिला, पण श्म्यूल तिथे नसायचा. जवळजवळ आठवडा लोटल्यानंतर त्याची खात्री पटली की तो ज्या भयंकर प्रकारे वागला होता, त्यामुळे त्याला कधीच माफ केलं जाणार नाही. पण सातव्या दिवशी श्म्यूलला नेहमीप्रमाणे जमिनीवर मांडी घालून, खाली धुळीत नजर लावून त्याची वाट बघत बसलेला पाहिल्यावर त्याला खूप आनंद झाला.

"श्म्यूल," धावत त्याच्याकडे जात आणि खाली बसत, दुःखानं आणि सुटकेच्या भावनेनं जवळजवळ रडतच ब्रूनो म्हणाला. "मला खरच खूप वाईट वाटतं, श्म्यूल. मी असं का केलं, मला नाही सांगता येणार. सांग, तू मला माफ केलस ना?"

"ठीक आहे," त्याच्याकडे बघत श्म्यूल म्हणाला. त्याच्या चेहऱ्यावर खरचटल्याच्या खूप खुणा होत्या, ते पाहून ब्रूनो गंभीर झाला आणि क्षणभर आपल्या माफीचा त्याला विसर पडला.

"काय झालं तुला?" त्यानं विचारलं पण उत्तरासाठी न थांबता पुढे म्हणाला, "तुझ्या सायकलमुळे का? काही वर्षांपूर्वी बर्लिनला असताना मलाही असंच झालं होतं. मी खूप जोरात चालवत होतो आणि पडलो. पुढे बरेच आठवडे काळा-निळा पडलो होतो. खूप दुखतय का?"

"मला काही जाणवत नाही आता," श्म्यूल म्हणाला.

" पण मला असं वाटतंय की ते दुखत असावं."

"मला आता कशाचंच काही जाणवत नाही," श्म्यूल म्हणाला.

"मला गेल्या आठवड्याबद्दल माफ कर," ब्रूनो म्हणाला. "मला तो ले. कोटलर मुळीच आवडत नाही. त्याला असं वाटतं की तोच सगळ्याचा मालक आहे, पण तसं नाहीए." तो जरासा घुटमळला, त्याला विषयाला सोडून बोलायची इच्छा नव्हती. त्याला वाटलं आपण एकदाचं काय ते सांगून टाकावं आणि ही मनापासूनची इच्छा होती. "मला खरंच खूप वाईट वाटतं, श्म्यूल," तो स्पष्ट आवाजात म्हणाला. "मी त्याला खरं काय ते सांगितलं नाही यावर माझाच विश्वास बसत नाही. या आधी मी माझ्या मित्राचा कधीच विश्वासघात केला नाही. श्म्यूल, मला माझी स्वतःची लाज वाटते."

त्याच्या बोलण्यावर श्म्यूल हसला आणि त्यानं मान डोलवली. ब्रूनोला कळलं की त्यानं आपल्याला माफ केलंय. आणि मग श्म्यूलनं अशी गोष्ट केली की जी त्यानं यापूर्वी कधीच केली नव्हती. ब्रूनो जेव्हा खायला आणायचा तेव्हा तो जशी तार वर उचलायचा तशी त्यानं उचलली, पण यावेळी त्यानं आपला हात काढून बाहेर धरला, ब्रूनोनंही तसंच करण्याची वाट पाहिली आणि मग दोन्ही मुलांनी एकमेकांचे हात हातात धरून हलवले आणि एकमेकांकडे पाहून दोघं हसली.

त्यांनी प्रथमच एकमेकांना स्पर्श केला होता.

ते केशकर्तन

मारिया सामान बांधत असताना ब्रूनो घरी आला होता, त्या घटनेला आता जवळजवळ वर्ष झालं होतं आणि बर्लिनच्या आयुष्याच्या त्याच्या आठवणी पुसट होत होत जवळपास नाहीशा झाल्या होत्या. तो जेव्हा ते मागचे दिवस आठवण्याचा प्रयत्न करायचा तेव्हा त्याला कार्ल आणि मार्टिन हे त्याच्या आयुष्यभराच्या पक्क्या मित्रांपैकी दोन मित्र होते, हे आठवत असे, पण कितीही स्मरणशक्तीला ताण दिला तरी उरलेला तिसरा कोण हे मात्र त्याला आठवत नव्हतं. आणि मग अशी एक घटना घडली की ''आऊट-विथ'' सोडून दोन दिवसांकरता त्याला त्याच्या घरी जाण्याची संधी मिळाली. आजी वारली होती आणि अंत्यविधीसाठी सगळं कुटुंब घरी जाणार होतं.

जेव्हा तो तिथे गेला, तेव्हा त्याला जाणवलं की घर सोडताना तो जेवढा लहान होता तेवढा आता राहिला नव्हता, कारण बऱ्याचशा गोष्टी त्याला वरून पाहता येत होत्या, ज्या तो पूर्वी पाहू शकत नसे. ते जुन्या घरी राहिले तेव्हा वरच्या खिडकीतून चवड्यांवर उभं न राहताही तो संपूर्ण बर्लिन पाहू शकत होता.

बर्लिन सोडल्यापासून त्यानं आपल्या आजीला बघितलं नव्हतं, पण त्याला रोज तिची आठवण येत असे. आजी, तो आणि ग्रेटेल मिळून ख्रिसमसला आणि वाढदिवसांच्या वेळी जी नाटकं बसवत असत, त्यांची त्याला जास्त प्रकर्षानं आठवण येत असे आणि कोणतीही भूमिका असो,

ती त्याच्यासाठी अगदी योग्य पोशाख तयार करत असे, ते ही त्याला आठवत होतं. आता यापुढे असं काही करायला मिळणार नाही या विचारानं त्याला अगदी मनापासून दुःख झालं.

त्यांनी बर्लिनमधले दोन दिवसही अतिशय दुःखात घालवले. एकतर अंत्यविधी होते. ब्रूनो आणि ग्रेटेल आणि बाबा आणि आई आणि आजोबा पहिल्या रांगेत बसले होते, बाबांनी त्यांचा कडक स्टार्च आणि इस्त्री केलेला आणि पदकं लावलेला रुबाबदार गणवेश घातला होता. आई ब्रूनोला म्हणाली, बाबा फारच दुःखी होते कारण ते आजीशी भांडले होते आणि तिच्या निधनापूर्वी त्यांच्यात समझोता झाला नव्हता.

चर्चमध्ये खूप पुष्पचक्र गोळा झाली होती आणि त्यापैकी एक प्रत्यक्ष फ्यूरीनं पाठवलं होतं, या गोष्टीचा बाबांना अतिशय अभिमान वाटत होता. पण हे जेव्हा आईनं ऐकलं तेव्हा ती म्हणाली की फ्यूरीकडून पुष्पचक्र आलं आहे हे जर आजीला समजलं तर ती थडग्यात उठून बसेल.

ते परत 'आऊट-विथ'ला आले तेव्हा ब्रूनोला आनंद झाला. तिथलं घर हे आता त्याचं घर झालं होतं आणि या घराला पाच ऐवजी तीनच मजले आहेत किंवा स्वतःचंच घर असल्यासारखे सैनिक इथे सतत ये-जा करतात, या गोष्टींची फिकीर करणं त्यानं सोडून दिलं होतं. त्याला हळूहळू हे उमजलं होतं की इथे परिस्थिती अगदीच काही वाईट नव्हती, खास करून श्म्यूल भेटल्यापासून. इथे अशा खूप गोष्टी होत्या ज्यापासून आनंद घेता येईल, उदाहरणार्थ सगळा वेळ आई आणि बाबा प्रसन्न मनःस्थितीत असत आणि आईच्या दुपारच्या डुलक्या घेणं आणि औषधी काढे घेणं कमी झालं होतं. आणि आईच्या भाषेत सांगायचं तर ग्रेटेल एका विशिष्ट अवस्थेतून जात असल्याने ब्रूनोच्या वाटेला फारशी जात नव्हती.

अजून एक महत्त्वाची गोष्ट म्हणजे ले.कोटलरची 'आऊट-विथ' हून बदली झाली होती आणि त्यामुळे ब्रूनोच्या रागाचं आणि सततच्या अस्वस्थतेचं कारण दूर गेलं होतं. (त्याची बदली तडकाफडकी झाली होती आणि त्याबद्दल रात्री उशिरा आई-बाबांमध्ये बरीच गरमागरमी झाली होती, पण शेवटी तो गेला. परत न येण्यासाठी गेला हे नक्की. ग्रेटेल सांत्वन करण्याच्या पलीकडे गेली होती.)

सगळ्यात चांगली गोष्ट म्हणजे त्याला आता श्म्यूल नावाचा मित्र होता. रोज कुंपणापर्यंत चालत जाणं त्याच्यासाठी आनंददायी होतं आणि

आजकाल त्याचा मित्रही आधीपेक्षा बराच आनंदात दिसायचा. त्याचे डोळे पूर्वीसारखे खोल गेलेले वाटायचे नाहीत, याचं ब्रूनोला बरं वाटायचं. अर्थात त्याचं शरीर मात्र आश्चर्यकारकरित्या बारीक होतं आणि चेहऱ्याचा रंग अगदी वाईट करडा.

एक दिवस त्यांच्या नेहमीच्या जागी दोघं बसलेले असताना ब्रूनो म्हणाला, "ही अशी विचित्र मैत्री मी पहिल्यांदाच केली."

"का?" श्म्यूलनं विचारलं.

"कारण मी आतापर्यंत ज्यांच्याशी दोस्ती केली त्यांच्याबरोबर मला खेळता यायचं," तो म्हणाला. "आपण मात्र फक्त इथे बसतो आणि बोलतो."

"मला इथे बसायला आणि बोलायला आवडतं," श्म्यूल म्हणाला.

"हो, मलाही अर्थातच आवडतं," ब्रूनो म्हणाला. "पण आपण रोज काहीतरी नवीन करू शकत नाही म्हणून वाईट वाटतं. म्हणजे संशोधन वगैरे. किंवा फूटबॉलचा एखादा गेम. हे मध्ये तारांचं जाळं नसताना आपण एकमेकांना नीट पाहिलेलं पण नाही."

ब्रूनो नेहमी अशा प्रकारची वाक्यं बोलायचा कारण त्यानं जेव्हा श्म्यूलबरोबरची मैत्री काही महिन्यांपूर्वी नाकारली होती तो प्रसंग जणू कधी घडलाच नाही, असं त्याला भासवायचं असायचं. जरी श्म्यूलनं चांगुलपणानं ते मनावर न घेता सोडून दिलं होतं, तरी. तो प्रसंग अजून त्याच्या मनात घर करून राहिला होता आणि त्याला स्वतःची लाज वाटत होती.

"जर त्यांनी आम्हाला कधी बाहेर सोडलं तर कदाचित एखाद्या दिवशी आपण पाहू शकू," श्म्यूल म्हणाला.

कुंपणाच्या दोन्ही बाजूंसंबंधी ब्रूनो दिवसेंदिवस जास्तच विचार करू लागला होता आणि मुळात ते तिथे असावंच का यामागचं कारण शोधण्याचाही प्रयत्न करत होता. बाबांशी आणि आईशी याबाबत बोलावं का याचाही त्यानं विचार केला पण त्याला अशी शंका होती की एकतर ते त्याला रागावतील किंवा श्म्यूल आणि त्याच्या कुटुंबाविषयी काहीतरी वाईट-साईट सांगतील, त्यामुळे त्यानं एक विलक्षण गोष्ट करायची ठरवली. त्यानं याबाबत 'ढ मुलीशी' बोलायचं ठरवलं.

तो मागे गेला होता त्यानंतर ग्रेटेलची खोली आमूलाग्र बदलली होती. एकतर तिथे एकही बाहुली नजरेला पडत नव्हती. साधारण एका महिन्यापूर्वी

एका दुपारी, ज्यावेळी ले. कोटलर 'आऊट-विथ' सोडून गेला त्या सुमारास, ग्रेटेलनं ठरवलं की आपल्याला आता बाहुल्या आवडत नाहीत आणि त्या सगळ्या तिनं चार मोठ्या पिशव्यांमध्ये भरून फेकून दिल्या होत्या. त्यांच्या जागेवर तिनं बाबांनी दिलेले युरोपचे नकाशे टांगले होते. रोज ती त्यांच्यावर छोट्या पिना टोचायची आणि रोजचं वर्तमानपत्र वाचून त्या पिन्स ती इकडून तिकडे हलवायची. ब्रूनोला वाटायचं की तिला वेड लागलं असावं. पण तरीही पूर्वीसारखी ती त्याला चिडवायची नाही किंवा त्याच्यावर दादागिरी करायची नाही, त्यामुळे तिच्याशी बोलायला काही हरकत नाही असं त्यानं ठरवलं.

"हॅलो," दारावर सभ्यपणे टकटक करून तो म्हणाला. तसं न करता तो आत गेला तर ती किती चिडत असे हे त्याला माहीत होतं.

"तुला काय पाहिजे?" ग्रेटेलनं विचारलं. ती आरशासमोर बसून केशरचनेचे विविध प्रयोग करत होती.

"काहीच नाही," ब्रूनो म्हणाला.

"मग इथून जा."

ब्रूनोनं मान डोलवली पण तरीही तो आत जाऊन पलंगाच्या कडेला बसला. ग्रेटेलनं डोळ्यांच्या कोपऱ्यातून त्याच्याकडे पाहिलं पण काहीच बोलली नाही.

"ग्रेटेल," तो अखेरीस म्हणाला. "मी तुला काही विचारू?"

"जर लवकर विचारणार असशील तर," ती म्हणाली.

"या इथे 'आऊट-विथ' ला सगळं...." त्यानं सुरुवात केली, पण तिनं लगेच त्याला अडवलं.

"त्याचं नाव 'आऊट-विथ' नाहीए ब्रूनो," ती रागानं म्हणाली, जणू काही ती आतापर्यंत जगाच्या इतिहासात घडलेली सगळ्यात मोठी चूक होती. "तुला त्याचा बरोबर उच्चार करता येत नाही का?"

"त्याचं नाव 'आऊट-विथ'च आहे," तो हट्टानं म्हणाला.

"नाहीए," ती ठासून म्हणाली आणि त्या कॅम्पचं नाव त्याला म्हणून दाखवलं.

ब्रूनोनं कपाळाला आठ्या घातल्या आणि खांदे उडवले. "पण मी असंच म्हणत होतो," तो म्हणाला.

"नाही, तसं नव्हतास म्हणत. जाऊ दे, मी तुझ्याशी वाद घालत

बसणार नाही,'' ग्रेटेलचा संयम सुटत चालला होता, कारण मुळातच तो तिच्याकडे कमी होता. ''बरं जाऊ दे, तुला काय विचारायचं होतं?''

''मला कुंपणाबद्दल जाणून घ्यायचंय,'' तो ठामपणे म्हणाला, ह्या विषयी सुरुवातीला विचारणं जास्त महत्त्वाचं आहे असं त्यानं ठरवलं. ''ते तिथे का आहे ते मला जाणून घ्यायचंय.''

ग्रेटेलनं आपली खुर्ची वळवली आणि विचित्र नजरेनं त्याच्याकडे पाहिलं. ''म्हणजे तुला माहीत नाही?' तिनं विचारलं.

''नाही,'' ब्रूनो म्हणाला. ''मला एक कळत नाही की आपण त्या बाजूला का जाऊ शकत नाही. आपण अशी काय चूक केली आहे की तिकडे जाऊन आपण खेळू शकत नाही?''

ग्रेटेलनं त्याच्याकडे रोखून बघितलं आणि एकदम हसायला सुरुवात केली, पण ब्रूनोचा गंभीर चेहरा बघून ती हसायची थांबली.

''ब्रूनो,'' जणू काही जगातली सगळ्यात नैसर्गिक गोष्ट असल्याप्रमाणे बालिश आवाज काढत ती म्हणाली, ''ते कुंपण काही आपण तिकडे जाऊ नये यासाठी नाहीए काही. ते इकडे येऊ नयेत म्हणून आहे.''

ब्रूनोनं तिच्या बोलण्याचा विचार केला पण अजून त्याच्या डोक्यातला गोंधळ निस्तरला नव्हता. ''पण का?'' त्यानं विचारलं.

''कारण त्यांना तिकडे एकत्र ठेवायचं आहे,'' ग्रेटेलनं स्पष्ट केलं.

''म्हणजे त्यांच्या कुटुंबांबरोबर?''

''हो, म्हणजे कुटुंबाबरोबर तर आहेच, पण त्यांच्या सारख्याच माणसांबरोबर सुद्धा.''

''म्हणजे याचा काय अर्थ होतो?''

ग्रेटेलनं एक निश्वास टाकला आणि मान हलवली. ''म्हणजे इतर ज्यू लोकांबरोबर, ब्रूनो. तुला हे माहीत नव्हतं? म्हणून तर त्यांना तिथे एकत्र ठेवतात. ते आपल्यात मिसळू शकत नाहीत.''

''ज्यू,'' ब्रूनो म्हणाला, तो शब्द पुन्हा पुन्हा जिभेवर घोळवत. त्याला तो शब्द आठवला. ''ज्यू,'' तो पुन्हा म्हणाला. ''कुंपणाच्या पलीकडे असलेली सगळी माणसं ज्यू आहेत.''

''हो, अगदी बरोबर,'' ग्रेटेल म्हणाली.

''आपण पण ज्यू आहोत?''

थोबाडीत मारल्यासारखा चेहरा करून ग्रेटेलनं 'आ' वासला. ''नाही,

ब्रूनो,'' ती म्हणाली. ''नाही, आपण अजिबात नाही. तू असं नुसतं म्हणूसुद्धा नकोस.''

''पण का नको? मग आपण कोण आहोत?''

''आपण ना....'' ग्रेटेलनं सुरुवात केली, मग विचार करायला जराशी थांबली. ''आपण....'' ती पुन्हा म्हणाली, पण या प्रश्नाचं खरं उत्तर काय आहे याची तिला नक्की माहिती नव्हती. ''आपण ज्यू नाही आहोत,'' ती शेवटी म्हणाली.

''मला माहितीए, आपण नाही आहोत,'' ब्रूनो निराश होऊन म्हणाला. ''मी तुला विचारतोय की, जर आपण ज्यू नाही तर मग आपण कोण आहोत?''

''आपण त्याच्या विरुद्ध आहोत,'' ग्रेटेल लगेच म्हणाली आणि स्वत:च्या उत्तरावर खूश झाली. ''हो, असंच आहे. आपण विरुद्ध आहोत.''

''ठीक आहे,'' ब्रूनो म्हणाला. एकदाची ती गोष्ट डोक्यात शिरली याचा त्याला आनंद झाला. ''आणि विरुद्ध लोक कुंपणाच्या अलीकडे राहतात, तर ज्यू लोक पलीकडे राहतात.''

''अगदी बरोबर, ब्रूनो.''

''ज्यू लोकांना विरुद्ध लोक आवडत नाहीत का?''

''नाही रे, आपल्याला ते आवडत नाहीत, मूर्खा.''

ब्रूनोनं आठ्या घातल्या. आपल्या भावाला मूर्ख म्हणायचं नाही असं ग्रेटेलला वेळोवेळी बजावण्यात आलं होतं तरी अजून ती तसंच म्हणायची.

''बरं, आपल्याला ते का आवडत नाहीत?'' त्यानं विचारलं.

''कारण ते ज्यू आहेत,'' ग्रेटेल म्हणाली.

''असं होय. आणि ज्यू आणि विरुद्ध लोकांचं एकमेकांशी पटत नाही.''

''नाही, ब्रूनो,'' ग्रेटेल म्हणाली, पण ती हे अगदी सावकाश म्हणाली कारण तिला तिच्या केसांमध्ये काहीतरी विचित्र सापडलं होतं आणि ती ते काळजीपूर्वक तपासत होती.

''कुणीतरी त्यांना एकत्र आणून आणि....''

पण तेवढ्यात ग्रेटेलनं मारलेल्या कर्णभेदी किंकाळीनं ब्रूनोचं वाक्य अर्धवट राहिलं. त्या आवाजानं आईची दुपारची झोप मोडली आणि तिच्या कोणत्या मुलानं दुसऱ्याचा जीव घेतलाय हे बघायला ती धावत बेडरूममध्ये आली.

स्वत:च्या केसांशी चाळा करताना ग्रेटेलला पिनेच्या टोकापेक्षाही छोटं अंडं सापडलं होतं, तिनं ते आईला दाखवलं, आईनं तिचे केस निरखून बघायला सुरुवात केली. बटा वेगवेगळ्या करून नीट बघून झाल्यावर तिनं आपला मोर्चा ब्रूनोकडे वळवला आणि त्याचेही केस बघितले.

"बापरे, माझा विश्वास बसत नाही," आई रागानं म्हणाली.

"या अशा ठिकाणी राहिल्यामुळे असं काहीतरी होणार हे मला माहीतंच होतं."

शेवटी निष्पन्न असं निघालं की ग्रेटेल आणि ब्रूनो दोघांच्याही केसात उवा झाल्या होत्या. ग्रेटेलचे केस मग एका भयंकर वासाच्या खास शांपूनं धुवावे लागले आणि नंतर ती कितीतरी तास आपल्या खोलीत टिपं गाळत बसली होती.

ब्रूनोलाही तो शांपू लावला गेला, पण नंतर बाबांनी ठरवलं की पुन्हा नव्यानं त्याचे केस वाढवलेले बरे आणि त्यांनी रेझरनं त्याचे सगळे केसच भादरून टाकले, त्यामुळे तो रडायला लागला. केस कापायला फार वेळ लागला नाही पण आपले केस डोक्यावरून गळून जमिनीवर पायाशी पडताहेत हे त्याला बघवलं नाही; पण बाबांनी सांगितलं की ते करणं गरजेचं होतं.

काही वेळानं ब्रूनोनं स्वत:ला बाथरूमच्या आरशात बघितलं आणि त्याला गरगरायला लागलं. त्याचं डोकं टक्कल पडल्याने अगदी ओबड धोबड दिसत होतं आणि त्याचे डोळे चेहऱ्याच्या मानाने फारच मोठे दिसत होते. त्याला त्याच्या आरशातल्या प्रतिबिंबाची भीती वाटली.

"काळजी करू नकोस," बाबांनी त्याला दिलासा दिला. "ते परत उगवतील. फक्त काही आठवडे लागतील."

"इथे आजूबाजूला जो गलिच्छपणा आहे ना, त्यामुळे हे झालंय," आई म्हणाली. "आपल्या सगळ्यांवर या जागेचा काय परिणाम होतोय हे काही लोकांनी डोळे उघडून पाहिलं तर ना....."

जेव्हा ब्रूनोनं आरशात पाहिलं तेव्हा त्याच्या मनात विचार आला आपण किती श्म्यूलसारखे दिसतो आहोत आणि आणखी एक गोष्ट त्याच्या डोक्यात आली की, कुंपणाच्या पलीकडच्या सगळ्या लोकांच्या डोक्यात उवा असाव्यात; म्हणून त्यांचे सगळ्यांचे केस भादरून टाकले असावेत.

दुसऱ्या दिवशी आपल्या मित्राला पाहून श्म्यूल हसत सुटला, त्यामुळे ब्रूनोचा आत्मविश्वास अजूनच डळमळला.

"मी आता अगदी तुझ्यासारखा दिसतो," ब्रूनो दुःखी अंत:करणानं म्हणाला, जणू काही एखाद्या भयंकर गोष्टीची कबूली देत असावा.

"फक्त जास्त लठ्ठ," श्म्यूलनं मान्य केलं.

आईचा हट्ट

पुढच्या काही आठवड्यांत आई 'आऊट-विथ' मधल्या आयुष्याला जास्तच कंटाळली आणि असं का झालं असावं हे ब्रूनोनं सहज ओळखलं. ते जेव्हा पहिल्यांदा तिथे आले होते तेव्हा ब्रूनोलाही ही जागा अजिबात आवडली नव्हती, कारण ते पहिल्या घरासारखं नव्हतं आणि तिथे असलेल्या काही गोष्टी इथे नव्हत्या. उदाहरणार्थ त्याचे आयुष्यभरासाठीचे तीन पक्के मित्र. पण जसजसा काळ सरकत गेला तसा या भावनेत बदल होत गेला, मुख्यत्त्वेकरून श्म्यूलमुळे, तो आता कार्ल, डॅनिएल आणि मार्टिनपेक्षा त्याच्यासाठी जास्त महत्त्वाचा झाला होता. पण आईला तिचा स्वत:चा श्म्यूल नव्हता. तिथे तिला कुणी बोलायला नव्हतं आणि जी एकमेव व्यक्ती तिच्याशी मैत्रीपूर्ण वागत होती - तो तरुण ले. कोटलर - त्याची दुसरीकडे बदली करण्यात आली होती.

की होलमधून किंवा चिमणीतून चोरून ऐकण्यात आपला वेळ घालवणाऱ्या मुलांपैकी न होण्याचा ब्रूनोचा प्रयत्न होता, पण एका दुपारी तो बाबांच्या ऑफीसजवळून चालला असता आई-बाबांचं चाललेलं संभाषण त्याच्या कानावर पडलं. त्याला ते चोरून ऐकण्याची इच्छा नव्हती, पण ते खूप मोठ्यानं बोलत होते त्यामुळे ते त्याच्या कानावर पडलं.

"हे सगळं भयंकर आहे,' आई म्हणत होती. "फारंच भयंकर. मला आता हे सहन होत नाही."

"माझ्याकडे दुसरा पर्याय नाही, "बाबा म्हणाले. "हे आपल्याला सोपवलेलं काम आहे आणि...."

"नाही, हे 'तुमचं' काम आहे," आई म्हणाली. " 'तुमचं' काम, आमचं नाही. तुम्हाला थांबायचं असेल तर तुम्ही थांबा."

"माझ्याशिवाय मी तुला आणि मुलांना बर्लिनला जाऊ दिलं तर लोक काय म्हणतील?" बाबांनी विचारलं. "ते माझ्या इथल्या कामाच्या निष्ठेबद्दल प्रश्न उपस्थित करतील."

"काम?" आई ओरडली. "तुम्ही याला काम म्हणता?"

ब्रूनो पुढे जास्त काही ऐकू शकला नाही कारण आतले आवाज दाराजवळ यायला लागले होते आणि कदाचित आई आतून तरातरा बाहेर आली असती आणि औषधी काढे शोधत बसली असती, त्यामुळे तो घाईघाईनं वरच्या मजल्यावर पळाला. तरीही त्यानं ऐकलं ते, हे समजायला पुरेसं होतं की कदाचित ते बर्लिनला परत जाण्याची शक्यता आहे. आश्चर्याची गोष्ट म्हणजे याबद्दल आपल्याला नेमकं काय वाटतंय हे त्याला समजत नव्हतं.

त्याचं एक मन भूतकाळातलं आयुष्य त्याला किती आवडत होतं याची आठवण करून देत होतं, पण त्यातल्या कितीतरी गोष्टी आता बदललेल्या असण्याची शक्यता होती. कार्ल आणि दुसरे दोन पक्के मित्र ज्यांची नावं त्याला आठवत नव्हती. ते त्याला आतापर्यंत विसरूनही गेले असावेत, असं त्याला वाटलं. आजी तर वारली होती आणि आजोबांशी त्यांचा फारसा संपर्क नव्हता, बाबा म्हणत होते की ते शरीरानं आणि मनानं पण थकले होते.

आणि दुसरीकडे त्याला 'आऊट-विथ' च्या आयुष्याची सवय झाली होती: हर लिस्इटच्या वागण्याचा त्याला आता त्रास होत नव्हता, मारियाशी त्याची बर्लिनला असताना नव्हती तेवढी जास्त मैत्री झाली होती, ग्रेटेल अजूनही त्या विशिष्ट अवस्थेतून जात होती आणि त्याच्या वाटेला जात नव्हती (आणि ती आता पूर्वीप्रमाणे 'ढ मुलगीही वाटत नव्हती) आणि श्मयूलबरोबरच्या त्याच्या दुपारच्या गप्पा त्याला खूप आनंद देत होत्या.

आपल्याला नेमकं काय वाटतंय हे ब्रूनोला समजत नव्हतं. पण तरीही त्यानं ठरवलं की जो काही निर्णय होईल, त्याचा तो विनातक्रार स्वीकार करेल.

पुढचे काही आठवडे काहीच घडलं नाही, आयुष्य नेहमीच्या रुळांवरून चाललं होतं. बाबांचा बराचसा वेळ त्यांच्या ऑफीसमध्ये किंवा कुंपणाच्या पलीकडे जात होता. आई दिवसभर गप्प गप्प असायची आणि तिच्या

दुपारच्या डुलक्या वाढल्या होत्या, त्यातल्या काहीतर दुपार सोडून जेवण्याच्या आधीही व्हायच्या. ब्रूनोला तिच्या तब्येतीची काळजी वाटायला लागली कारण इतके औषधी काढे कुणी घेत असल्याचं त्याच्या ऐकिवात नव्हतं. ग्रेटेल आपल्या खोलीत बसून भिंतीवर चिकटवलेल्या वेगवेगळ्या नकाशांचं निरीक्षण करत असायची आणि तासनतास वर्तमानपत्रांचं वाचन करून त्या नकाशांवरच्या पिन्स जराशा सरकवायची. (तिच्या अशा वागण्यावर हर लिस्झ्ट विशेष खूश असायचे.)

ब्रूनोला जे सांगितलं जायचं त्याचं तो तंतोतंत पालन करायचा. अजिबात दंगा करायचा नाही आणि आपल्याला एक असा मित्र आहे ज्याच्याविषयी कुणालाच माहीत नाही, या गोष्टीचा आनंद लुटायचा.

एक दिवस बाबांनी ब्रूनो आणि ग्रेटेलला त्यांच्या ऑफीसमध्ये बोलवून घेतलं आणि पुढे होणाऱ्या बदलांविषयी माहिती दिली.

"बसा मुलांनो," दोन मोठ्या चामड्याच्या खुर्च्यांकडे निर्देश करीत ते म्हणाले. त्या खुर्च्यांमध्ये बसण्यासाठी एरवी त्यांना मज्जाव केला जात असे कारण त्यांचे हातमोजे मळके असत. बाबा त्यांच्या टेबलापलीकडे बसले. "आम्ही काही बदल करायचं ठरवलं आहे," ते पुढे म्हणाले, बोलताना ते जरासे दुःखी दिसत होते. "मला एक सांगा : तुम्ही इथे आनंदात आहात?"

"हो बाबा, अर्थात," ग्रेटेल म्हणाली.

"नक्कीच बाबा," ब्रूनो म्हणाला.

तुम्हाला बर्लिनची अजिबात आठवण येत नाही?"

मुलं क्षणभर थबकली आणि एकमेकांकडे पाहून आधी उत्तर कोण देणार याचा अंदाज घेऊ लागली. "ठीक आहे, 'मला' खूप आठवण येते," ग्रेटेल अखेर म्हणाली. "मला पुन्हा काही मैत्रिणी मिळाल्या तर हव्याच आहेत."

आपलं गुपित आठवून ब्रूनो हसला.

"मैत्रिणी," बाबा मान डोलवून म्हणाले. "हो, मी नेहमीच त्याबद्दल विचार करत आलो. बऱ्याचदा तुम्हाला एकटं एकटं वाटत असेल."

"खूपच एकटं," ग्रेटेल निश्चयी सुरात म्हणाली.

"आणि तू, ब्रूनो?," त्याच्याकडे बघत बाबांनी विचारलं. "तुला तुझ्या मित्रांची आठवण येते?"

"म्हणजे....हो," काळजीपूर्वक उत्तर देत तो म्हणाला. "पण मी कुठेही गेलो तरी मला लोकांची आठवण येईल." हे उत्तर नकळत का होईना पण श्म्यूलसंबंधी होतं आणि यापेक्षा जास्त स्पष्टपणे तो या विषयासंबंधी बोलू शकत नव्हता.

"पण तुला परत बर्लिनला जायला आवडेल का?" बाबांनी विचारलं. "म्हणजे तशी संधी मिळाली तर?"

"आपण सगळे?" ब्रूनोनं विचारलं.

बाबांनी एक खोल निश्वास टाकला आणि नकारार्थी मान हलवली.

"आई आणि ग्रेटेल आणि तू. आपल्या बर्लिनच्या जुन्या घरी परत. तुला ते आवडेल?"

ब्रूनोनं यावर विचार केला. "तुम्ही येणार नसाल तर नाही आवडणार." तो म्हणाला, कारण ते खरं होतं.

"अच्छा, म्हणजे तू इथे माझ्याबरोबर राहणं पसंत करशील?"

"आपण चौघंही बरोबर असणं मी पसंत करीन," नाइलाजानं त्यात ग्रेटेलचा समावेश करून तो म्हणाला. "मग ते बर्लिन असो किंवा 'आऊट-विथ' "

"अरे, ब्रूनो!" वैतागून ग्रेटेल म्हणाली. तिचा वैताग हा नक्की कशासाठी होता हे त्याला कळलं नाही. त्यांचे बर्लिनला जाण्याचे बेत तो उधळून लावत होता म्हणून की (तिच्या मते) तो या घराच्या नावाचा उच्चार चुकीचा करत होता म्हणून.

"हं, पण मला सांगायला वाईट वाटतं की सध्या तरी ते अशक्य आहे," बाबा म्हणाले. "माझ्या अधिकार पदावरून इतक्यात फ्यूरी मला सोडेल असं नाही वाटत. आणि दुसऱ्या बाजूला आईला असं वाटतं की तुम्ही तिघांनी घरी परत जाऊन तेथे राहण्याची हीच वेळ योग्य आहे. मी जेव्हा यावर विचार करतो....." ते क्षणभर थांबले. त्यांनी त्यांच्या डाव्या हाताला असलेल्या खिडकीतून बाहेर पाहिलं. त्या खिडकीतून कुंपणापलीकडचा कॅम्प दिसत असे. "मी जेव्हा यावर विचार करतो, तेव्हा बहुतेक तिचं बरोबर आहे असं मला वाटतं. कदाचित ही जागा मुलांसाठी योग्य नाही."

"इथे तर शेकडो मुलं आहेत," बोलण्यापूर्वी मागचा-पुढचा काही विचार न करता ब्रूनो म्हणाला. "फक्त ती कुंपणाच्या दुसऱ्या बाजूला आहेत."

या त्याच्या बोलण्यावर एकदम शांतता पसरली, पण ती नेहमीची शांतता नव्हती. ही शांतता फार कर्कश्य होती. बाबा आणि ग्रेटेल त्याच्याकडे बघतंच राहिले आणि तो आश्चर्यानं डोळ्यांची उघडझाप करत राहिला.

"इथे शेकडो मुलं आहेत, याचा नक्की अर्थ काय?" बाबांनी विचारलं.

"तिथे काय काय चालतं याबद्दल तुला काय ठाऊक आहे?"

ब्रूनोनं बोलायला तोंड उघडलं पण आपण जास्त काही बोलून बसलो तर पंचाईत होईल असा त्यानं विचार केला. "मी त्यांना माझ्या बेडरूमच्या खिडकीतून पाहू शकतो," तो शेवटी बोलला. "ते अर्थातच खूप लांब असतात, पण असं दिसतं की तिथे शेकडो असावेत. सगळे चट्ट्या-पट्ट्यांचे पायजमे घालतात."

"पट्ट्यांचे पायजमे, हो हो," बाबा मान डोलवत म्हणाले.

'आणि तू ते बघत असतोस, की नाही?"

"खरं म्हणजे मला ते 'दिसतात'," ब्रूनो म्हणाला. "दोन्ही गोष्टींचा अर्थ एकच होतो का, मला माहीत नाही."

बाबा हसले. "फार छान, ब्रूनो," ते म्हणाले. "आणि तू म्हणतोस ते बरोबर आहे. दोन्ही गोष्टी एकच नाहीएत.' ते पुन्हा थबकले आणि काहीएक पक्का निर्णय घेतल्याप्रमाणे त्यांनी मान डोलवली.

"नाही, तिचंच बरोबर आहे," ते म्हणाले, मोठ्यानं, पण ग्रेटेल किंवा ब्रूनोकडे न बघता. "ती अगदी बरोबर आहे. तुम्ही इथे फार जास्त काळ राहिलात. आता तुमची घरी जायची वेळ झाली."

आणि अशा प्रकारे निर्णय झाला. पुढे आदेश पाठवले गेले. घर स्वच्छ करण्याचे, खिडक्या धुतल्या गेल्या पाहिजेत, कठड्याला पॉलिश झालं पाहिजे, पडदे-चादरी इस्त्री करून तयार पाहिजेत, अंथरुणं घालून तयार पाहिजेत. एका आठवड्याच्या आत आई, ग्रेटेल आणि ब्रूनो बर्लिनला जायला निघतील असं बाबांनी जाहीर केलं.

ब्रूनोला अपेक्षित होता तितकासा आनंद त्याला या बातमीनं झाला नाही आणि हे सगळं श्म्यूलला सांगण्याच्या कल्पनेनंच त्याला धडकी भरली.

शेवटचे साहस

बाबांनी ब्रूनोला तो बर्लिनला लवकरच जाणार आहे हे सांगितल्याच्या दुसऱ्या दिवशी श्म्यूल नेहमीप्रमाणे कुंपणाजवळ त्याच्या ठरलेल्या जागी आला नाही. त्यानंतरच्याही दिवशी आला नाही. तिसऱ्या दिवशी ब्रूनो तिथे पोहोचला तेव्हाही जमिनीवर मांडी घालून बसलेला कुणी त्याच्या नजरेस पडलं नाही, तेव्हा दहा मिनिटं त्यानं वाट पाहिली आणि घराकडे जाण्यासाठी वळला; 'आऊट-विथ' सोडायच्या आधी आपण आपल्या मित्राला भेटू शकणार नाही याचं त्याला खूप वाईट वाटत होतं. तेवढ्यात दूरवर त्याला एक टिंब दिसलं, त्याचा ठिपका झाला आणि त्याचा एक गोळा आणि मग त्याची एक आकृती झाली आणि त्या आकृतीचा पटट्या पट्ट्यांचा पायजमा घातलेला मुलगा तयार झाला.

ती आकृती आपल्याकडे येताना पाहून त्याच्या चेहऱ्यावर हसू उमटलं आणि तो जमिनीवर बसला. आपल्या खिशात लपवून आणलेला ब्रेडचा तुकडा आणि सफरचंद त्यानं बाहेर काढलं. पण लांबून सुद्धा त्याला असं जाणवलं की त्याचा मित्र नेहमीपेक्षा जास्त दुःखी दिसत होता. तो जेव्हा कुंपणाजवळ पोहोचला तेव्हा खाऊ घेण्यासाठी त्यानं नेहमीच्या उत्कंठेनं हात पुढे केला नाही.

"मला वाटलं की तू आता कधीच येणार नाहीस," ब्रूनो म्हणाला.

"मी काल आलो, त्याच्या आदल्या दिवशीही आलो आणि तू इथे नव्हतास."

"मला माफ कर," श्म्यूल म्हणाला. "काहीतरी झालंय."

ब्रूनोनं डोळे बारीक करून पाहिलं आणि काय घडलं असावं याचा तो तर्क करायला लागला. त्याला वाटलं की श्म्यूललाही घरी जायला मिळणार असं त्याला सांगण्यात आलं असावं; शेवटी असे योगायोग घडू शकतात, ज्याप्रमाणे ब्रूनो आणि श्म्यूलची जन्मतारीख एकच होती त्याप्रमाणे.

"मग?" ब्रूनोनं विचारलं. "काय झालंय?"

"बाबा," श्म्यूल म्हणाला. "आम्हाला ते सापडत नाहीएत."

"सापडत नाहीत? हे विचित्रच आहे. म्हणजे ते हरवले आहेत?"

"असं मला वाटतं," श्म्यूल म्हणाला. "ते सोमवारी इथेच होते आणि मग ते बाकीच्या काही लोकांबरोबर कामाला गेले आणि त्यांच्यापैकी कुणीच परत आलं नाही."

"त्यांनी तुला पत्र लिहिलं नाही?" ब्रूनोनं विचारलं. "किंवा ते केव्हा परत येणार आहेत हे सांगण्यासाठी चिठ्ठी ठेवली नाही?"

"नाही," श्म्यूल म्हणाला.

"किती विचित्र," ब्रूनो म्हणाला. "तू त्यांना शोधलंस का?" जरा वेळानं ब्रूनोनं विचारलं.

"हो, अर्थात," श्म्यूल एक उसासा टाकून म्हणाला. "तू नेहमी म्हणतोस ना तेच मी केलं. मी थोडं संशोधन केलं."

"मग काही खाणा-खुणा सापडल्या?"

"नाही."

"अरे, हे तर फारच चमत्कारिक आहे," ब्रूनो म्हणाला. "पण मला वाटतं या कोड्याचं उत्तर फार सोपं असलं पाहिजे."

"आणि ते काय?" श्म्यूलनं विचारलं.

"माझ्या कल्पनेप्रमाणे ह्या सगळ्यांना दुसऱ्या गावाला कामासाठी नेलं असेल आणि काम होईपर्यंत काही दिवस त्यांना तिथेच रहावं लागणार असेल. नाहीतरी इथे त्यांना चांगलं काम नाहीच आहे. मला वाटतं ते लवकरच परत येतील."

"मी अशी आशा करतो," अगदी रडकुंडीला आलेला श्म्यूल म्हणाला. "त्यांच्याशिवाय आम्ही कसे काय राहू शकू, मला कळत नाही."

'तू म्हणत असशील तर मी माझ्या बाबांना विचारू शकतो," ब्रूनो सावधपणे म्हणाला. श्म्यूल 'हो' म्हणणार नाही अशा अपेक्षेनं.

"ही काही फार चांगली कल्पना आहे असं मला नाही वाटत,'' श्म्यूल म्हणाला. त्यानं ब्रूनोच्या सूचनेला पूर्णपणे नकार दिला नाही म्हणून ब्रूनोची थोडी निराशा झाली.

"का बरं नाही?'' त्यानं विचारलं. "कुंपणाच्या पलीकडे असलेल्या वस्तीबद्दल बाबांना खूप माहिती आहे.''

"सैनिकांना आम्ही आवडत नाही, असं मला वाटतं,'' श्म्यूल म्हणाला. "मला 'माहीत' आहे की आम्ही त्यांना आवडत नाही. ते आमचा तिरस्कार करतात.'' बळंबळं उसनं हसू आणून श्म्यूल म्हणाला.

ब्रूनो हे ऐकून आश्चर्यानं थक्क झाला. "ते तुमचा तिरस्कार करत नाहीत याची मला खात्री आहे,'' तो म्हणाला.

"ते करतात,'' श्म्यूल म्हणाला. तो पुढे झुकला होता, त्याचे डोळे बारीक झाले होते आणि रागानं ओठ आवळले गेले होते. "पण ते ठीकच आहे कारण मी पण त्यांचा तिरस्कार करतो. मी 'तिरस्कार' करतो.'' तो शब्दांवर जोर देऊन म्हणाला.

"तू बाबांचा तर तिरस्कार करत नाहीस ना?'' ब्रूनोनं विचारलं. श्म्यूलनं आपला ओठ चावला पण तो काहीच बोलला नाही. त्यानं ब्रूनोच्या वडिलांना बऱ्याच वेळा बघितलं होतं आणि अशा माणसाच्या पोटी इतका प्रेमळ आणि सहृदयी मुलगा कसा जन्माला आला, असा त्याला प्रश्न पडला होता.

"जाऊ दे,'' मध्ये काही वेळ जाऊ देऊन ब्रूनो म्हणाला, त्याला या विषयावर जास्त चर्चा करायची इच्छा नव्हती, "मलाही तुला काहीतरी सांगायचंय.''

"तुला पण?'' श्म्यूलनं आशेनं त्याच्याकडे पाहात विचारलं.

"हो. मी बर्लिनला परत चाललोय.''

श्म्यूलनं आश्चर्यानं आ वासला. "कधी?'' गळ्यात हुंदका दाटून आल्यावर येतो तशा आवाजात त्यानं विचारलं.

"बघ, आज गुरुवार आहे,'' ब्रूनो म्हणाला. आणि आम्ही शनिवारी निघणार आहोत, दुपारी जेवल्यावर.''

"पण किती दिवसांसाठी?'' श्म्यूलनं विचारलं.

"मला वाटतं की कायमचं,'' ब्रूनो म्हणाला. "आईला इथे 'आऊट-विथ'ला आवडत नाही. दोन मुलांनी इथे मोठं व्हावं अशी ही जागा नाही

असं तिला वाटतं - म्हणून बाबा त्यांच्या कामासाठी इथेच राहणार आहेत कारण फ्यूरीच्या मनात त्यांच्याबद्दल फार मोठ्या अपेक्षा आहेत. पण बाकी आम्ही सगळे घरी परत जाणार आहोत.''

तो 'घर' असं म्हणाला, पण ते 'घर' आता घरंच राहिलं असेल की नाही याची त्याला खात्री नव्हती.

''म्हणजे मी तुला पुन्हा कधीच पाहू शकणार नाही?'' श्म्यूलनं विचारलं.

''अं...कधीतरी असंच घडेल'' ब्रूनो म्हणाला. ''तू सुट्टीत बर्लिनला येऊ शकशील. तू काही इथे कायमचा राहणार नाहीस, नाही का?''

श्म्यूलनं नकारार्थी मान हलवली. ''मला वाटतं, नाही,'' तो दुःखी अंतःकरणानं म्हणाला. ''तू गेल्यावर मला बोलायला कुणीच राहणार नाही,'' तो पुढे म्हणाला.

''नाही,'' ब्रूनो म्हणाला. त्याला खरं म्हणजे पुढे म्हणायचं होतं, ''मला तुझी खूप आठवण येईल, श्म्यूल,'' पण हे म्हणण्याची त्याला जरा लाज वाटली. ''तर, उद्या आपण शेवटचं एकमेकांना भेटू, तोपर्यंत आता आपल्याला एकमेकांचा निरोप घ्यावा लागेल. मी तुझ्यासाठी काहीतरी खास खायला आणीन.''

श्म्यूलनं मान डोलवली पण आपलं दुःख व्यक्त करायला त्याला शब्द सापडेनात.

''माझी इच्छा होती की आपण एकत्र खेळावं,'' बऱ्याच वेळानंतर ब्रूनो म्हणाला. ''फक्त एकदा. आठवण राहण्यासाठी.''

''मला पण इच्छा आहे,'' श्म्यूल म्हणाला.

''एक वर्षापेक्षा जास्त काळ आपण एकमेकांशी बोलत आहोत आणि एकदाही आपल्याला खेळता आलं नाही. आणि अजून एक गोष्ट तुला माहितीए?'' तो पुढे म्हणाला. ''इतके दिवस तू कुठे राहतोस हे माझ्या बेडरूमच्या खिडकीतून मी पाहतोय आणि तुझं घर कसं आहे हे मात्र मी प्रत्यक्ष येऊन पाहू नाही शकलो.''

''तुला ते आवडणार नाही,'' श्म्यूल म्हणाला. ''तुझं त्यापेक्षा जास्त चांगलं आहे,'' तो पुढे म्हणाला.

''तरीही मला ते बघायला आवडेल,'' ब्रूनो म्हणाला.

श्म्यूलनं जरा विचार केला आणि मग खाली वाकून त्यानं त्याचा हात कुंपणाच्या जाळीखाली घातला आणि ती जराशी वर उचलली; इतकी की

एखादा लहान मुलगा, कदाचित ब्रूनोच्या उंचीएवढा, त्याच्याखालून जाऊ शकेल.

"मग?" श्म्यूल म्हणाला. "तू का बघत नाहीस?"

ब्रूनोनं डोळ्यांची उघडझाप केली आणि त्याबद्दल विचार केला.

"मला तिकडे येऊ देतील असं नाही वाटत," तो अनिश्चिततेनं म्हणाला.

"तसं पाहायला गेलं तर रोज इथे येऊन माझ्याशी बोललेलंही कुणाला चालणार नाही," श्म्यूल म्हणाला. "तरीही तू ते करतोसंच, हो की नाही?"

"पण मी जर पकडला गेलो तर पंचाईत होईल, मोठंच संकट कोसळेल," ब्रूनो म्हणाला. त्याला खात्री होती की आई-बाबांना हे कधीच आवडणार नाही.

"हे मात्र खरं आहे," श्म्यूल म्हणाला आणि त्यानं कुंपण खाली सोडून दिलं. तो मान खाली घालून उभा राहिला, त्याच्या डोळ्यात पाणी आलं.

"मग उद्या तुझा निरोप घेण्यासाठीच मी भेटेन असं वाटतं."

कुणीच बराच वेळ काही बोललं नाही. अचानक ब्रूनोच्या डोक्यात एक कल्पना चमकली.

"जर....." त्यानं सुरुवात केली, क्षणभर विचार केला आणि योजनेला डोक्यात आकार घेऊ दिला. त्यानं आपल्या डोक्यावरून हात फिरवला आणि जिथे पूर्वी त्याचे केस होते तिथे उगवलेले खुंट त्याच्या हाताला लागले, अजून केसांची पूर्ण वाढ झालेली नव्हती. "तुला आठवते, तू म्हणाला होतास की माझे केस काढून टाकल्यावर मी तुझ्यासारखा दिसतो?" त्यानं श्म्यूलला विचारलं.

"फक्त थोडा लठ्ठ," श्म्यूलनं मान्य केलं.

"मग, जर का असं असेल," ब्रूनो म्हणाला, "आणि मला जर पट्ट्यांचा पायजमा-शर्ट मिळाला, तर मी तिकडे येऊ शकेन आणि कुणाच्या काही लक्षातही येणार नाही."

श्म्यूलचा चेहरा एकदम उजळला आणि चेहऱ्यावर हसू पसरलं.

"तुला खरंच असं वाटतं?" त्यानं विचारलं. "तू खरंच असं करशील?"

"हो, करीन की," ब्रूनो म्हणाला. "खूप मस्त साहस होईल ते. आपलं शेवटचं साहस. मी काहीतरी संशोधन करू शकेन शेवटी."

“आणि तू माझ्या बाबांना शोधायला मदत करशील,” श्म्यूल म्हणाला.

“का नाही?” ब्रूनो म्हणाला. “आपण इकडे तिकडे फिरू आणि काही पुरावा मिळतोय का ते शोधू. तुम्ही संशोधन करत असाल तर ही गोष्ट फार महत्त्वाची ठरते. फक्त एकच अडचण आहे ती म्हणजे पट्ट्यांचा पायजमा मिळवण्याची.”

श्म्यूलनं मान हलवली. “त्याची काळजी नको,” तो म्हणाला.

“एका झोपडीत ते कपडे ठेवतात. मी त्यातून माझ्या मापाचे कपडे शोधून माझ्याबरोबर घेऊन येऊ शकतो. मग तू ते बदल आणि आपण बाबांना शोधायला जाऊ.”

“फारंच छान,” ब्रूनो म्हणाला आणि त्या साहसाच्या कल्पनेनं उत्तेजित झाला. “मग हे ठरलं तर.”

“आपण उद्या याच वेळी भेटू,” श्म्यूल म्हणाला.

“त्यावेळी उशीर करू नकोस,” उठून अंगावरची माती झटकत ब्रूनो म्हणाला. “आणि पायजमा आणायला विसरू नकोस.”

दोघंही मुलं हवेत तरंगतच घरी गेली. ब्रूनो साहसाच्या कल्पनेनं थरारून गेला आणि बर्लिनला जाण्यापूर्वी कुंपणाच्या पलीकडे काय आहे हे पाहण्याचं कुतूहल शमण्याची संधी मिळणार म्हणून आनंदात होता. शिवाय एक गंभीर शोध मोहीमही त्यात पार पाडणार होता हे ही महत्त्वाचं होतंच आणि श्म्यूलला आपल्या बाबांना शोधण्यासाठी कुणाची तरी मदत मिळणार होती. एकूण काय, तर ही योजना अगदी योग्य बनली होती आणि एकमेकांचा निरोप घेऊन शेवटची भेट संस्मरणीय ठरवणारी होती.

दुसऱ्या दिवशी काय झालं?

नंतरचा दिवस, शुक्रवार, - हा अजून एक ओला दिवस होता. ब्रूनोनं सकाळी उठल्यावर खिडकीतून बाहेर पाहिलं आणि पाऊस कोसळताना पाहून तो निराश झाला. श्म्यूल आणि त्याला एकत्र वेळ घालवण्याची ती शेवटची संधी नसती तर त्यानं त्या दिवशी बाहेर पडण्याचा विचार सोडून दिला असता आणि पुढच्या आठवड्यात ज्या दिवशी खास कार्यक्रम नाही त्या दुपारची वाट बघितली असती. पण आज तो जे साहस करणार होता त्याची उत्कंठा होतीच आणि त्यासाठी वेगळा पोशाख घालायला मिळणार म्हणून जरा जास्तच उत्कंठा होती.

पण आता घड्याळाचे काटे पुढे-पुढे सरकत होते आणि तो नुसतं बघण्यापलीकडे काही करू शकत नव्हता. खरं तर अजून सकाळ होती. दुपारपर्यंत पुष्कळ वेळ होता आणि तोपर्यंत काहीही घडू शकलं असतं. त्यांच्या नेहमीच्या भेटीची वेळ दुपारी उशिराची होती. पाऊस तोपर्यंत नक्कीच थांबला असता.

सकाळी हर लिस्झ्ट तास घेत असतानाही तो खिडकीतून बाहेर बघत होता, पण पाऊस कमी होण्याचं काही चिन्ह नव्हतं; उलट खिडकीच्या तावदानावर आवाज करत तो पडतच होता. जेवायच्या वेळी त्यानं स्वयंपाकघराच्या खिडकीतून पाहिलं, तेव्हा तो जरा कमी होतोय असं वाटलं आणि काळ्या ढगाआडून सूर्यही डोकावण्याची शक्यता निर्माण झाली. दुपारी इतिहास आणि भूगोलाच्या तासांना त्यानं पाहिलं तर पावसानं

आता उच्चांक गाठला होता अणि खिडकीवर आपटून-आपटून ती तुटून जाईल की काय असं वाटत होतं.

सुदैवानं हर लिस्झ्टची निघायची वेळ झाली तेव्हा तो थांबला, ब्रूनोनं आपले बूट चढवले, जड रेनकोट घातला, कुणी आसपास नाही हे बघितलं आणि घर सोडलं.

त्याचे बूट चिखलात चपक् - चपक् वाजत होते आणि त्यामुळे त्याला चालताना या आधी कधी झाला नव्हता इतका आनंद झाला. प्रत्येक पावलागणिक त्याला तोल जाऊन धडपडण्याची भीती वाटत होती, पण तो पडला नाही आणि कसाबसा तोल सावरत चालत राहिला. अगदी खूप चिखल होता त्या ठिकाणीसुद्धा, एकदा त्यानं आपला डावा पाय उचलला तेव्हा त्याचा बूट चिखलात रुतून बसला आणि पाय मात्र बुटातून निघून आला.

त्यानं वर आकाशाकडे पाहिलं. ते जरी अजून काळंकुट्ट होतं तरी ब्रूनोला वाटलं की आजच्या दिवसापुरता पुरेसा पाऊस झालेला आहे आणि दुपारभर त्याला आता काळजी करायचं कारण नाही. अर्थात घरी गेल्यावर तो इतका चिखलानं माखलेला का आहे याचं स्पष्टीकरण द्यायचं संकट उभं राहणार होतं, पण ते तो 'मुलं असं करणारंच' या सबबीखाली धकवून नेऊ शकला असता. तो एक नमुनेदार मुलगा आहे असं आई त्याला नेहमी म्हणायची. फार काही घोळ होणार नाही असं त्याला वाटलं. (शिवाय आई गेले काही दिवस विशेष आनंदात होती, कारण त्यांच्या सामानाची खोकी बंद करून बर्लिनला नेण्यासाठी ट्रकमध्ये रचली जात होती.)

ब्रूनो पोहोचला तेव्हा श्म्यूल त्याची वाट बघत होता आणि प्रथमच तो खाली धुळीकडे बघत जमिनीवर मांडी घालून बसला नव्हता तर उभा राहून कुंपणाला रेलून वाट बघत होता.

"हॅलो ब्रूनो," आपल्या मित्राला येताना बघून तो म्हणाला.

"हॅलो श्म्यूल," ब्रूनो म्हणाला.

"हा पाऊस असा पडताना पाहून, आपण पुन्हा एकमेकांना पाहू शकू याची मला खात्री वाटत नव्हती," श्म्यूल म्हणाला. "मला वाटलं की तुला घरातंच थांबावं लागतं की काय."

"जवळजवळ तसंच व्हायची वेळ आली होती," ब्रूनो म्हणाला. "हवाच इतकी खराब आहे."

श्म्यूलनं मान डोलवली आणि आपले हात पुढे केले, ब्रूनोनं आनंदानं तोंड उघडलं. श्म्यूलच्या हातात पट्ट्या-पट्ट्यांची विजार, पट्ट्या-पट्ट्यांचा सदरा आणि पट्ट्या-पट्ट्यांची कापडी टोपी होती; अगदी त्यानं घातलेल्या कपड्यांसारखीच. ते कपडे काही फार स्वच्छ दिसत नव्हते पण शेवटी ते वेषान्तरासाठी होते आणि ब्रूनो हे ऐकून होता की चांगले संशोधक नेहमी योग्य कपडे घालतात.

"तुला माझ्या बाबांना शोधण्यात मदत करण्याची अजून इच्छा आहे?" श्म्यूलनं विचारलं आणि ब्रूनोनं लगेच होकार दिला.

"अर्थात," तो म्हणाला, पण श्म्यूलच्या बाबांना शोधणं त्याला इतकं महत्त्वाचं वाटत नव्हतं तर कुंपणाच्या पलीकडचं जग बघण्याची तीव्र इच्छा होती. "मी तुला निराश करणार नाही."

श्म्यूलनं कुंपणाची खालची बाजू वर उचलून धरली आणि खालून कपडे ब्रूनोच्या हातात दिले, खाली चिखलात ते लोळू नयेत याची पुरेपूर काळजी घेतली.

"थँक्स," आपले काढलेले कपडे ठेवायला आपण एखादी पिशवी आणायला कसं विसरलो, या विचारानं आपलं खुंट उगवलेलं डोकं खाजवत ब्रूनो म्हणाला. खालची जमीन चिखलानं इतकी भरलेली होती की कपडे खाली ठेवल्यावर नक्की घाण झाले असते. पण आता दुसरा काही इलाज नव्हता. एकतर काही वेळासाठी ते तिथेच ठेवणं आणि ते चिखलानं माखणारच आहेत या गोष्टीचा स्वीकार करणं त्याला क्रमप्राप्त होतं. किंवा दुसरा पर्याय म्हणजे पुढची सगळी योजना रद्द करणं आणि नावाजलेल्या, हाडाच्या संशोधकासाठी ही गोष्ट विचार करण्यापलीकडची होती.

"ठीक आहे, तिकडे तोंड कर," ब्रूनो म्हणाला. त्याचा मित्र अवघडून उभा होता त्याच्याकडे बोट करून ब्रूनो पुढे म्हणाला, "तू माझ्याकडे बघितलेलं मला चालणार नाही."

श्म्यूलनं पाठ केली आणि ब्रूनोनं आपला ओव्हरकोट काढून जितकं हळुवार ठेवता येईल तितक्या हळुवारपणे जमिनीवर ठेवला. मग त्यानं आपला शर्ट काढला. दुसरा शर्ट घालायच्या आधी थंडीमुळे त्याच्या अंगावर शहारा आला. तो डोक्यातून घालत असताना त्यानं नाकानं श्वास घेण्याची चूक केली; त्याचा वास काही तितकासा चांगला आला नाही.

“हे कपडे शेवटचे कधी धुतले होते?” त्यानं ओरडून विचारलं आणि श्म्यूलनं मागे वळून पाहिलं.

“ते कधी धुतले आहेत की नाही हेच मला माहीत नाही,” तो म्हणाला.

“तोंड फिरव!” ब्रूनो ओरडला. श्म्यूलनं त्याला सांगितल्याप्रमाणे केलं. ब्रूनोनं पुन्हा डावीकडे-उजवीकडे पाहिलं पण अजूनही कुणी आसपास दिसत नव्हतं, म्हणून त्यानं त्याची पँट काढण्याचं अवघड काम सुरू केलं. एक पाय आणि एक बूट जमिनीवर ठेवून हे करणं म्हणजे कसरतच होती. उघड्यावर पँट काढणं फारच विचित्र वाटत होतं आणि कुणी आपल्याला असं करताना पाहिलं तर काय होईल याची त्याला कल्पनाच करवेना, पण शेवटी, खूप प्रयत्नपूर्वक त्यानं ते काम पूर्ण करण्यात यश मिळवलं.

“आता,” तो म्हणाला. “तू मागे बघू शकतोस.”

आपला पोशाख ठाकठीक करून ब्रूनो डोक्यावर कापडी टोपी ठेवत असतानाच श्म्यूल मागे वळला. त्यानं डोळ्यांची उघडझाप करून मान हलवली. हे अचाटंच होतं. ब्रूनो कुंपणापलीकडच्या इतर मुलांएवढा लुकडा नव्हता किंवा त्यांच्या इतका निस्तेजही नव्हता म्हणून, नाहीतर त्याला त्यांच्यातून वेगळा काढणं अवघड होतं. श्म्यूलच्या मते जणू काही ते सगळे जवळजवळ सारखेच दिसत होते.

“तुला माहितीए, मला यावरून कुणाची आठवण झाली?” ब्रूनोनं विचारलं आणि श्म्यूलनं मानेनंच नकार दिला.

“कोणाची?” त्यानं विचारलं.

“मला माझ्या आजीची आठवण येते,” ब्रूनो म्हणाला. “तुला आठवतं, मी तुला तिच्याबद्दल सांगितलं होतं? ती मागे वारली ती?”

श्म्यूलनं होकारार्थी मान हलवली; त्याला आठवत होतं कारण गेल्या वर्षभरात ब्रूनो आजीविषयी खूप बोलला होता आणि त्याला ती किती आवडत होती हेही त्यानं सांगितलं होतं. ती देवाघरी जाण्यापूर्वी तिला खूप पत्रं लिहायला पाहिजे होती, अशी ब्रूनोची इच्छा होती; असंही त्यानं श्म्यूलला सांगितलं होतं.

“ती मला आणि ग्रेटेलला घेऊन नाटकं बसवायची त्याची मला आता आठवण झाली,” श्म्यूलकडे न पाहता दूर कुठेतरी बघत ब्रूनो म्हणाला; बर्लिनच्या आयुष्यातल्या काही न पुसल्या गेलेल्या आठवणी त्याच्या नजरेसमोर

तरळून गेल्या. "मला ती नेहमीच योग्य पोशाख घालायला द्यायची. 'तुम्ही योग्य पोशाख घातला की तुम्ही ज्याची भूमिका करत असता त्याच्यासारख्या भावना तुमच्यात निर्माण होतात' असं ती मला नेहमी सांगायची. मी आता तेच करतोय असं मला वाटतं, हो की नाही? कुंपणाच्या पलीकडे असलेली व्यक्ती असण्याचं नाटक."

"तुला म्हणायचंय की ज्यू," श्म्यूल म्हणाला.

"हो," अवघडल्याप्रमाणे पायांची हालचाल करत अस्वस्थपणे ब्रूनो म्हणाला. "बरोबर आहे."

श्म्यूलनं ब्रूनोच्या पायांकडे आणि घरातून निघताना घातलेल्या जाडजूड बुटांकडे निर्देश केला. "तुला ते सुद्धा काढून ठेवावे लागतील," तो म्हणाला. ब्रूनो हे ऐकून थक्क झाला. "पण चिखल," तो म्हणाला. "मी अनवाणी यावं असं तर तुला म्हणायचं नाही?"

"नाहीतर तू ओळखला जाशील, तुझ्यापुढे दुसरा पर्याय नाही." श्म्यूल म्हणाला.

ब्रूनोनं एक उसासा टाकला. मित्र बरोबर आहे हे त्याला कळत होतं. त्यामुळे त्यानं बूट काढले आणि मोजेही. आणि जमिनीवर कपड्यांच्या ढिगाजवळ ते ठेवले. एवढ्या चिखलात पाय ठेवणं सुरुवातीला त्याला कसंतरीच वाटलं. त्याचे पाय घोट्यापर्यंत चिखलात बुडले आणि प्रत्येक पाऊल उचलून टाकताना दरवेळी परिस्थिती जास्तच खराब होत होती. पण काही वेळानं त्याला त्याची मजा वाटायला लागली.

श्म्यूलनं खाली वाकून कुंपण खालून उचललं, पण ते ठरावीक उंचीपर्यंतच उचललं गेलं आणि रांगत जाण्यावाचून ब्रूनोपुढे दुसरा पर्याय उरला नाही. त्याचे चट्टेरी-पट्टेरी कपडे चिखलानं पूर्ण माखले. स्वत:कडे पाहताना त्याला हसू आवरलं नाही. त्याच्या संपूर्ण आयुष्यात तो इतका कधीच मळला नव्हता आणि ते चक्क त्याला छान वाटत होतं.

श्म्यूलही हसला. काही क्षण दोन्ही मुलं अवघडल्यासारखी उभी राहिली, कारण कुंपणाच्या एकाच बाजूला एकत्र उभं राहण्याची त्यांना सवय नव्हती.

त्याला तो किती आवडत होता आणि गेलं वर्षभर त्याच्याशी गप्पा मारताना त्याला किती मजा आली हे समजावं म्हणून श्म्यूलला मिठी मारावी अशी ब्रूनोला तीव्र इच्छा झाली.

शम्यूललाही अशी इच्छा झाली की ब्रूनोला मिठी मारावी; त्याच्या प्रेमळ वागणुकीबद्दल त्याला धन्यवाद देण्यासाठी, तो त्याच्यासाठी जो खाऊ आणायचा त्यासाठी आणि त्याच्या बाबांना शोधायला तो मदत करणार होता त्यासाठी.

पण तरी दोघांपैकी कुणीच कुणाला मिठी मारली नाही, त्याऐवजी दोघं कुंपणापासून दूर चालायला लागले, कॅम्पच्या दिशेनं. गेले वर्षभर शम्यूल त्या रस्त्यानं येत-जात होता; जवळजवळ रोजंच, जेव्हा तो सैनिकांची नजर चुकवून 'आऊट-विथ'च्या त्या अशा भागात येऊ शकत होता जिथे पहारा नसायचा, असं ठिकाण जिथे नशीबानं त्याला ब्रूनोसारखा मित्र भेटला होता.

त्यांना ज्या ठिकाणी जायचं होतं तिथे पोहोचायला त्यांना फार वेळ लागला नाही. ब्रूनोला जे दिसलं ते पाहून त्यानं डोळे विस्फारले. त्याच्या कल्पनेप्रमाणे सगळ्या झोपड्यांमध्ये सुखी कुटुंबं असतील असं त्याला वाटलं होतं. काही लोक संध्याकाळी आराम खुर्च्यांमध्ये बसले असतील आणि त्यांच्या लहानपणी आताच्यापेक्षा परिस्थिती किती चांगली होती याच्या कहाण्या सांगत असतील आणि मोठ्यांचा ते किती आदर करत होते आणि आताची मुलं कशी करत नाहीत हे सांगत असतील, असं चित्र त्यानं मनाशी रंगवलं होतं. त्याला वाटलं होतं की तिथे राहणारी सगळी मुलं-मुली वेगवेगळ्या गटात टेनिस किंवा फुटबॉल खेळत असतील, दोरीवरच्या उड्या मारत असतील, आणि लंगडी खेळण्यासाठी जमिनीवर चौकोन आखत असतील.

त्याला असंही वाटलं होतं की मध्य भागात एखादं दुकान असेल आणि कदाचित बर्लिनमध्ये असायचे तसे छोटे कॅफे, कदाचित भाज्यांचे फळांचे गाळेही असावेत.

पण असं दिसून आलं की, ज्या ज्या गोष्टी तिथे असतील असं त्याला वाटलं होतं त्या त्या तिथे नव्हत्या.

तिथे आराम खुर्चीत बसून आराम करणारे मोठे लोक नव्हते. आणि मुलं गट करून खेळत नव्हती.

आणि तिथे भाज्या-फळांचे गाळे तर नव्हतेच नव्हते पण बर्लिनला असायचे तसे कॅफेही नव्हते.

त्याऐवजी तिथे गटांमध्ये बसलेले खूप लोक होते, जमिनीकडे नजर

लावून बसलेले, भयंकर दु:खी चेहऱ्याचे, त्यांच्यात एका गोष्टीत विलक्षण साम्य होतं: ते सगळे प्रचंड लुकडे होते आणि त्यांचे डोळे खोल गेलेले होते आणि त्यांची डोकी भादरलेली होती, ब्रूनोनं त्याचा अर्थ असा लावला की इथेही उवांचा प्रचंड प्रादुर्भाव झाला होता.

एका कोपऱ्यात ब्रूनोला तीन सैनिक दिसले, ते वीस माणसांच्या एका गटावर देखरेख करत होते. ते सैनिक त्या माणसांवर ओरडत होते. काही माणसं गुडघ्यांवर बसली होती, तर काहींनी आपली डोकी दोन्ही हातात दाबून धरली होती.

दुसऱ्या कोपऱ्यात काही सैनिक उभे होते आणि हसत होते, मधून मधून त्यांच्या घरातल्या बंदुकींच्या नळ्यांकडे बघत होते, उगीचंच इकडेतिकडे नेम धरत होते पण गोळी मारत नव्हते.

खरं सांगायचं तर त्यानं जिथे जिथे बघितलं, तिथे त्याला दोन प्रकारचे लोक दिसले : एकतर आनंदी, हसणारे, ओरडणारे गणवेशधारी सैनिक किंवा दु:खी, रडणारे पट्ट्या-पट्ट्यांचे पायजमे घातलेले लोक; त्यातले बरेचसे शून्यात नजर लावून बसलेले; जणू काही त्यांना झोप लागलेली आहे, असे दिसणारे.

"मला वाटतंय की मला इथे नाही आवडलं," ब्रूनो जरा वेळानं म्हणाला.

"मलाही नाही आवडत," श्म्यूल म्हणाला.

"मला वाटतं की मी घरी जावं," ब्रूनो म्हणाला.

श्म्यूल चालता चालता थांबला आणि त्याच्याकडे पहायला लागला.

"पण बाबा," तो म्हणाला. "तू म्हणालास की त्यांना शोधायला तू मला मदत करशील."

ब्रूनोनं यावर विचार केला. त्यानं आपल्या मित्राला वचन दिलं होतं आणि दिलेलं वचन मोडणाऱ्यातला तो नव्हता; खास करून जेव्हा ते शेवटचं एकमेकांना भेटणार होते तेव्हा. "ठीक आहे," तो म्हणाला. खरं म्हणजे आधीपेक्षा त्याचा आत्मविश्वास आता खालावला होता. "पण आपण कुठे शोधायचं?"

"तू म्हणाला होतास की आपल्याला पुरावा शोधावा लागेल," श्म्यूल म्हणाला; तो आता अस्वस्थ व्हायला लागला होता, कारण त्याला वाटंत होतं ब्रूनोनं आपल्याला मदत केली नाही तर कोण करेल?

"हो, पुरावा," ब्रूनो मान डोलवत म्हणाला. "बरोबर आहे तुझं. चल

आपण बघू या.''

अशा प्रकारे ब्रूनोनं आपला शब्द पाळला आणि चांगला एक दीड तास दोन्ही मुलं कॅम्पमध्ये पुरावा शोधत फिरली. आपण नक्की काय शोधत आहोत याची दोघांनाही कल्पना नव्हती, पण ब्रूनो आपला सारखा म्हणत होता की, जेव्हा हवं ते सापडतं तेव्हा चांगल्या संशोधकाला ते बरोब्बर समजतं.

पण श्म्यूलच्या बाबांच्या नाहीशा होण्यासंदर्भात त्यांना काहीच धागेदोरे मिळाले नाहीत आणि आता अंधारून यायला लागलं होतं.

ब्रूनोनं आकाशाकडे पाहिलं, पुन्हा पाऊस सुरू होण्याची चिन्हं दिसत होती. ''मला माफ कर श्म्यूल,'' अखेरीस तो म्हणाला. ''मला माफ कर, पण आपल्याला काहीच पुरावा मिळाला नाही.''

श्म्यूलनं खेदानं आपली मान डोलवली. त्याला खरं तर आश्चर्य वाटलं नव्हतं. त्याला ती अपेक्षाच नव्हती. पण तरीही आपण कुठे राहतो हे आपल्या मित्रानं पाहिलं या गोष्टीबद्दल त्याला बरं वाटत होतं.

''मी आता घरी गेलं पाहिजे,'' ब्रूनो म्हणाला. ''तू माझ्याबरोबर कुंपणापर्यंत येतोस का?''

श्म्यूलनं उत्तर द्यायला तोंड उघडलं पण त्याच क्षणी जोरदार शिट्टी वाजली आणि दहा सैनिक कॅम्पच्या त्या भागाला वेढा घालून उभे राहिले, ब्रूनो आणि श्म्यूल उभे होते त्याच भागात. एवढे सैनिक एका ठिकाणी गोळा झालेले ब्रूनोनं याआधी पाहिले नव्हते.

''हे काय चाललंय?'' ब्रूनो कुजबुजला. ''काय होणार आता?''

''असं कधीतरी होतं,'' श्म्यूल म्हणाला. ''ते लोकांना कवायत करायला लावतात.''

''कवायत!'' ब्रूनो भयभीत होऊन म्हणाला. 'मी नाही कवायत करत जाणार. मला जेवणाच्या वेळेपर्यंत घरी पोहोचलं पाहिजे. आज जेवायला रोस्टेड बीफ आहे.''

''शू ऽऽऽ,'' ओठांवर बोट ठेवत श्म्यूल म्हणाला. ''काहीच बोलू नकोस, नाहीतर ते रागवतील.''

ब्रूनोच्या कपाळाला आठ्या पडल्या. कॅम्पच्या त्या भागातले पट्ट्या-पट्ट्यांचा पायजमा घातलेले सगळे लोक तिथे जमा होत होते. हे पाहून त्याला जरा बरं वाटलं. त्यातल्या बऱ्याच जणांना सैनिक ढकलून एकत्र

यायला लावत होते, त्यामुळे ब्रूनो आणि श्म्यूल त्या घोळक्याच्या मध्ये सापडले आणि दिसेनासे झाले. प्रत्येकजण इतका घाबरलेला का आहे हे त्याला कळेना - शेवटी कवायत करणं ही काही भयानक गोष्ट नव्हती - आणि त्याला वाटलं की त्यांना हळूच सांगावं, सगळं काही ठीक होईल, बाबा कमाण्डण्ट आहेत, आणि जर त्यांची इच्छा असेल की लोकांनी हे करावं; तर ते योग्यच असेल.

पुन्हा शिट्ट्या वाजल्या आणि मग जवळ जवळ शंभर जणांचा तो घोळका हळूहळू एकत्रितपणे पुढे चालायला लागला, ब्रूनो आणि श्म्यूल अजूनही त्यांच्या मध्यभागीच होते. घोळक्याच्या मागच्या बाजूला काहीतरी गोंधळ चालला होता, कारण काही लोक कवायत करायला तयार नव्हते. पण ब्रूनो इतका लहान होता की नक्की काय चाललं आहे ते तो पाहू शकत नव्हता आणि त्याला फक्त बंदुकीच्या आवाजासारखं काहीतरी ऐकू आलं, पण ते काय होतं हे त्याला नीटसं कळलं नाही.

“ही कवायत खूप वेळ चालेल का?” त्यानं कुजबुजत्या आवाजात श्म्यूलला विचारलं कारण त्याला आता भूक लागली होती.

‘मला नाही तसं वाटत,” श्म्यूल म्हणाला. “कवायत करणाऱ्या लोकांना मी पुन्हा कधी पाहिलेलं नाही. फार वेळ चालेल असं मला नाही वाटत.”

ब्रूनो पुन्हा विचारात पडला. त्यानं आकाशाकडे पाहिलं पण त्याच वेळी त्याला दुसरा मोठा आवाज ऐकू आला, या वेळी तो आवाज वादळाचा होता. आकाश अचानक काळं काळं झालं आणि सकाळपेक्षा जास्त जोरात पाऊस कोसळायला सुरुवात झाली. ब्रूनोनं डोळे मिटून घेतले आणि पावसाचं पाणी अंगावरून वहायला लागलं हे त्याला जाणवलं. जेव्हा त्यानं डोळे उघडले तेव्हा त्याला कळलं की आपण कवायत करत शिस्तीत चालण्याऐवजी लोकांच्या लोंढ्याबरोबर ढकलले जात आहोत, सगळ्या अंगाला चिखल लागला आहे आणि कपडे ओले होऊन अंगाला चिकटून बसले आहेत. त्याला घरी जाण्याची तीव्र ओढ वाटायला लागली, हे सगळं प्रत्यक्ष न अनुभवता लांबून बघण्याची इच्छा होऊ लागली.

“आता काय करावं?” तो श्म्यूलला म्हणाला. “मला आता नक्की सर्दी होणार. मला घरी गेलंच पाहिजे.”

पण तो असं म्हणाला तेवढ्यात त्याचे पाय पायऱ्यांना लागले आणि तो जसजसा पुढे जाऊ लागला तसतसा त्याला पाऊस लागायचा थांबला कारण ते आता एका मोठ्या दालनात गोळा झाले होते, ते आश्चर्यकारकरित्या उबदार होतं आणि खूप मजबूत बांधलेलं असावं, कारण कुठूनही पाऊस आत येत नव्हता. खरं तर ते पूर्णपणे हवाबंद होतं.

"हं, हे बरं आहे," काही वेळासाठी वादळातून सुटका झाल्याचा त्याला आनंद झाला. "मला असं वाटतंय की पाऊस कमी होईपर्यंत आपल्याला इथे थांबावं लागेल आणि मग मी घरी जाईन."

श्म्यूल ब्रूनोच्या जवळ सरकला आणि भेदरलेल्या नजरेनं त्यानं त्याच्याकडे पाहिलं.

"आपण तुझ्या बाबांना शोधू शकलो नाही, म्हणून मला वाईट वाटतं," ब्रूनो म्हणाला.

"ठीक आहे, तू वाईट वाटून घेऊ नकोस," श्म्यूल म्हणाला.

"आणि आपण खेळू शकलो नाही याचंही मला वाईट वाटतं, पण तू जेव्हा बर्लिनला येशील तेव्हा आपण खेळू. आणि मी तुझी ओळख.... अरे, त्यांची नावं काय होती बरं?" त्यानं स्वतःलाच विचारलं, ते न आठवून तो निराश झाला कारण ते त्याचे आयुष्यभरासाठीचे पक्के मित्र होते, पण आता मात्र त्याच्या आठवणीतून पूर्णपणे पुसले गेले होते. त्याला त्यांची नावंही आठवेनात आणि त्यांचे चेहरेही.

"खरं म्हणजे," श्म्यूलकडे बघत तो म्हणाला, "मला आठवलं किंवा नाही आठवलं तरी फरक पडत नाही. नाहीतरी आता ते माझे पक्के मित्र राहिलेच नाहीत." त्यानं श्म्यूलकडे पाहिलं आणि अगदी अनपेक्षितपणे त्याच्या स्वभावाच्या विरुद्ध गोष्ट केली. श्म्यूलचा बारका हात हातात घेतला आणि तो घट्ट दाबला.

"तू माझा पक्का मित्र आहेस, श्म्यूल," तो म्हणाला. "माझा आयुष्यभरासाठीचा पक्का मित्र."

श्म्यूलनं काहीतरी बोलण्यासाठी तोंड उघडलंही असेल, पण ब्रूनोनं ते कधीच ऐकलं नाही कारण त्याच वेळी कवायत करणाऱ्या लोकांच्या तोंडून मोठा हुंकार बाहेर पडला; पुढचं दार एकदम बंद झालं होतं आणि बाहेरच्या बाजूला जोरात लोखंडी कडी आपटल्याचा आवाज आला.

ब्रूनोनं भुवई उंचावली, या सगळ्याचा अर्थ त्याला कळला नाही, पण

बहुतेक पाऊस लागू नये आणि लोकांना सर्दी होऊ नये म्हणून ही खबरदारी घेतली असावी असा समज त्यानं करून घेतला.

आणि मग ती खोली एकदम अंधारून गेली आणि त्यानंतर उडालेल्या गदारोळातसुद्धा, कसा कोण जाणे, पण आपण श्म्यूलचा हात अजून धरलेला आहे आणि जगातली कुठलीही गोष्ट असं करण्यापासून आपल्याला परावृत्त करू शकणार नाही हे त्याला जाणवलं.

शेवटचं प्रकरण

त्यानंतर ब्रूनोचं काय झालं कुणालाच कळलं नाही.

खूप दिवसांनंतर, जेव्हा सैनिकांनी घराचा कानाकोपरा पिंजून काढला आणि ब्रूनोचा फोटो घेऊन जवळपासची गावं, खेडी पालथी घातली, तेव्हा एकाला ब्रूनोनं कुंपणाजवळ काढून ठेवलेला कपड्यांचा ढीग आणि बूटांचा जोड सापडला. त्यानं ते सगळं न हलवता तिथेच राहू दिलं आणि तो कमाण्डण्टना ही बातमी सांगायला गेला. त्यांनी ती जागा तपासली आणि ब्रूनोप्रमाणेच एकदा डावीकडे पाहिलं, एकदा उजवीकडे पाहिलं, पण काही केल्या त्यांना आपल्या मुलाचं काय झालं हे उमजेना. जणू काही आपले कपडे मागे ठेवून तो या पृथ्वीतलावरनं गायब झाला होता.

आई अपेक्षेप्रमाणे लगेच बर्लिनला गेली नाही. कितीतरी महिने ब्रूनोची खबर येईल या आशेनं ती 'आऊट-विथ'लाच राहिली, आणि अचानक एक दिवस तिला वाटलं की तो कदाचित एकटाच घरी परतण्यासाठी निघाला असेल. म्हणून ती लगेचच त्यांच्या जुन्या घरी परतली. तो पायऱ्यांवर तिची वाट पाहत असेल अशी अंधुकशी आशा तिला वाटत होती.

अर्थातच, तो तिथे नव्हता.

ग्रेटेल आईबरोबर बर्लिनला परतली आणि बराचसा वेळ आपल्या खोलीत बसून रडण्यात घालवू लागली, आपल्या बाहुल्या तिनं

फेकून दिल्या होत्या म्हणून नाही किंवा आपले नकाशे ती 'आऊट-विथ'ला सोडून आली होती म्हणूनही नाही, तर तिला ब्रूनोची खूप आठवण येत होती म्हणून.

बाबा त्यानंतर एक वर्ष 'आऊट-विथ'ला राहिले आणि बाकीच्या सैनिकांचे नावडते झाले, कारण दयामाया न दाखवता ते सतत त्यांना हुकूम सोडायला लागले. रोज रात्री झोपायला जाताना ते ब्रूनोचा विचार करायचे आणि रोज सकाळी उठतानाही त्याचाच विचार करायचे. एक दिवस त्यांनी नक्की काय घडलं असावं याचा एक पक्का विचार केला आणि कपड्यांचा ढीग जिथे वर्षभरापूर्वी सापडला होता त्या ठिकाणी ते गेले. त्या जागेवर पाहण्यासारखं काही खास किंवा वेगळं नव्हतं, पण मग त्यांनी एक छोटं, स्वतःच्या मनानं संशोधन केलं आणि त्यांना दिसलं की त्या ठिकाणी इतर ठिकाणांसारखं कुंपण खाली नीट टेकलेलं नव्हतं, ते वर उचलल्यावर अगदी छोट्या व्यक्तीला (जसा एखादा लहान मुलगा) रांगत सहज पलीकडे जाता आलं असतं. त्यांनी लांबवर नजर टाकली आणि मनातल्या मनात तर्क करत एकेक पाऊल, एकेक पाऊल टाकलं आणि असं केल्यावर त्यांना जाणवलं की आपल्या पायातली सगळी शक्ती निघून गेलीए. जणू काही त्या पायांना शरीराचा भार पेलणं आता अशक्य असावे! आणि त्यांनी जमिनीवर बसकण मारली, अगदी वर्षभर प्रत्येक दुपारी ब्रूनो मारायचा तशी, फक्त त्यांनी मांडी घातली नाही एवढंच.

त्यानंतर काही महिन्यांनी दुसरे काही सैनिक 'आऊट-विथ'ला आले आणि बाबांना त्यांच्याबरोबर जाण्याचा हुकूम मिळाला आणि ते कोणतीही तक्रार न करता गेले. हे करताना ते आनंदात होते, कारण ते सैनिक त्यांच्याशी कसे वागतात या गोष्टीनं त्यांना आता काहीच फरक पडणार नव्हता.

ब्रूनो आणि त्याच्या कुटुंबाची कहाणी इथेच संपली. हे सगळं अर्थातच खूप खूप वर्षांपूर्वी घडलं आणि असं काही घडण्याची आता सुतराम शक्यता नाही.

या काळात आणि या युगात तर नाहीच नाही.

■■■

Ingram Content Group UK Ltd.
Milton Keynes UK
UKHW041128170423
420290UK00004B/123

9 788184 98141